ALLT CHILE MAÐKABÓKIN

Uppgötvaðu ríkan og kryddaðan heim chili með þessum 100 ljúffengu uppskriftum sem innihalda nautakjöt, kjúkling, grænmetisæta, vegan og fleira

Isak Pálsson

Höfundarréttarefni ©2023

Allur réttur áskilinn

Án rétts skriflegs samþykkis útgefanda og höfundarréttareiganda er ekki hægt að nota eða dreifa þessari bók á nokkurn hátt, lögun eða form, nema fyrir stuttar tilvitnanir sem notaðar eru í umsögn. Þessi bók ætti ekki að koma í staðinn fyrir læknisfræðilega, lögfræðilega eða aðra faglega ráðgjöf.

EFNISYFIRLIT

EFNISYFIRLIT **3**
KYNNING **6**
1. Hvítur chili 7
2. Einpotta kalkúnn Chili Mac 9
3. Kjarnmikið grasker chili 11
4. Dádýra Chili 13
5. Polenta-Topped Turkey Chili Pie 16
6. Chili sætkartöflugratín 18
7. Tómat Chili Með Taco Hnetukjöti 20
8. Baun og kjúklingur Chili 22
9. Villt hrísgrjón og Chili Dip 24
10. Chili con Carne 26
11. Jamaíkaskvasssúpa 28
12. Lagniappe chili 31
13. Gungo ertusúpa 34
14. Maís- og rækjusúpa 36
15. Brunswick Stew 39
16. Bauna- og hrísgrjónasúpa 41
17. Hrísgrjónasúpa 43
18. Bakað grænmetis gumbo kreóla 45
19. Red Bean Jambalaya 47
20. Rauðar baunir og hrísgrjón 49
21. Instant Pot baunir & Sveppir Gumbo 51
22. Gumbo Z'Herbes 53
23. Blandað korn chili 56
24. Rauð baun og búlgur chili 58
25. Hvít baun, kalkúnn og pylsupili 60
26. Svartbaunasúpa 63
27. Rauðbaunasúpa 66
28. Instant Pot Quinoa Chili 68
29. Chili ramen pottur 70
30. Campfire Chili 72
31. Maísbrauð á chili 74
32. Enchilada pottur 76
33. Svínachili í Crockpot 78
34. Kjúklingasúpa og baunir 80
35. Svínakjötsposóli 83
36. Mozzarella Chili Casserole 85
37. Svínakjöt og papriku Chili 87
38. Crockpot Chicken Taco súpa 89

39. Bean Chii með sjávarmosa 91
40. Chili kjúklingur í kókosmjólk 93
41. Einpotta kalkúnn Chili Mac 95
42. Pasta og Fagioli með einum potti 97
43. Szechuan Nautakjötsnúðlusúpa 99
44. Karabísk kjúklinga-grænmetissoðsúpa 102
45. Skinku- og baunasoðsúpa 104
46. Baun og spergilkál Chilli 106
47. Chilighetti 108
48. Mangó og baunir morgunmatur Burrito skál 110
49. Langkorna hrísgrjón og pinto baunir 112
50. Lime kjúklingur með eggjasteiktum langkorna hrísgrjónum .. 114
51. Langkornið Rice Hoppin' John 117
52. Pinto baunir og hrísgrjón innblásnar af Mexíkó 119
53. Pinto baunir og hrísgrjón með kóríander 121
54. Spænskar Pinto baunir og hrísgrjón 123
55. Hrísgrjón og baunir í einum potti 126
56. Southern Pinto baunir og hrísgrjón 128
57. Pinto baunir og hrísgrjón og pylsa 130
58. Stökk 133
59. Baunasósa & tómatar yfir hrísgrjónum 136
60. Cajun pinto baunir 139
61. Hrísgrjón & baunir með osti 141
62. Pinto baunir og saffran hrísgrjón 143
63. Taco Krydd hrísgrjón með pinto baunum 145
64. Indversk grasker hrísgrjón og baunir 147
65. Mexíkóskar kúrekabaunir 149
66. Karíbahafsveisla 152
67. Jamaican Jerk Jackfruit & baunir með hrísgrjónum 156
68. Rice Pilaf með baun, ávöxtum og hnetum 159
69. Baunir og hrísgrjón cha cha cha skál 161
70. Næpa hrærð með baunum 163
71. Hrísgrjón með lambakjöti, dilli og baunum 165
72. Cheesy Pinto baunir 168
73. Hrísgrjón og baunir með basil pestó 170
74. Flanksteik með svörtum baunum og hrísgrjónum 172
75. Afrísk hrísgrjón og baunir 175
76. Bauna- og hrísgrjónasúpa 177
77. Chili con Carne 179
78. Klassískt Three Bean Chili 181
79. Quinoa Chili 183
80. Kryddaður Black Bean Chili 185

81. Smoky Chipotle Sweet Potato Chili 187
82. Linsubaunir Chili 189
83. Hrísgrjónasúpa 191
84. Klassískt chili 193
85. Kalkúnn og hvítbauna chili 195
86. Butternut Squash og Black Bean Chili 197
87. Slow Cooker Kjúklingur og Black Bean Chili 199
88. Quinoa og Black Bean Chili 201
89. Nautakjöt og bauna chili 203
90. Linsubaunir og Chili úr svörtum baunum 205
91. Svínakjöt og hvítbauna chili 207
92. Kalkúnn og bauna chili 209
93. Sætar kartöflur og svartbaunir chili 211
94. Nautakjöt og beikonbauna chili 213
95. Butternut Squash og Chickpea Chili 215
96. Chili með kjúklingi og hvítum baunum með lime 217
97. Nautakjöt og baunachili með bjór 219
98. Marokkóskt Lamb Chili 221
99. Írskt Lamb Chili 223
100. Ávaxta chili súpa 225

NIÐURSTAÐA 227

KYNNING

Chili er fullkominn þægindamatur - hann er heitur, kryddaður og alltaf seðjandi. Hvort sem þú vilt frekar mildan eða heitan chili, með baunum eða án, þá er til uppskrift fyrir alla.

Í þessari matreiðslubók erum við spennt að deila 100 ljúffengum og einstökum chili uppskriftum sem örugglega munu vekja hrifningu. Við höfum eitthvað fyrir alla, allt frá klassískum nautakjöti til grænmetisrétta eins og sætkartöflu- og svartbauna-chili.

Auðvelt er að fara eftir uppskriftunum okkar, með skref-fyrir-skref leiðbeiningum og gagnlegum ráðum til að tryggja að réttirnir þínir komi fullkomlega út í hvert skipti. Við munum einnig deila nokkrum bakgrunnsupplýsingum um chili og sögu þess, ásamt ráðum til að ná tökum á einstöku bragði og tækni sem gera þennan rétt svo sérstakan.

Svo vertu með okkur í þessari ferð til að uppgötva list chili. Með 100 uppskriftunum okkar muntu geta hitað upp bragðlaukana og heilla vini þína og fjölskyldu með matreiðsluhæfileikum þínum.

Í þessari matreiðslubók finnur þú:

- ✓ Klassískar nautakjöts chili uppskriftir
- ✓ Chili uppskriftir fyrir kjúkling, kalkún og svínakjöt
- ✓ Grænmetis- og vegan chili uppskriftir
- ✓ Chili uppskriftir með baunum og án
- ✓ Einstök snúningur á hefðbundnum uppáhöldum
- ✓ Ráð til að fullkomna chili eldunartæknina
- ✓ Upplýsingar um chili sögu og menningu
- ✓ Dásamlegar myndir af hverjum réttum

Og svo miklu meira! Svo hvort sem þú ert að leita að heilla kvöldverðargesti eða einfaldlega njóta góðra og kryddaðra máltíða, þá er þessi matreiðslubók fyrir þig.

1. **<u>Hvítur chili</u>**

HRÁEFNI:
- 1 matskeið kókosolía
- 1 meðalstór laukur, saxaður
- 3 hvítlauksrif, pressuð
- 1 (4-oz) dós hakkað grænn chilipipar
- 8 aura sveppir, sneiddir
- 2 tsk malað kúmen
- 1 tsk þurrkað oregano
- 4 bollar kjúklingabeinasoð (2 öskjur)
- 4 bollar eldaður kalkúnn, skorinn í teninga
- 2 (15 oz) dósir hvítar baunir (frábærar norðlægar, cannellini eða kjúklingabaunir)
- 1 bolli rifinn Monterey Jack ostur
- Fersk steinseljublöð til skrauts

LEIÐBEININGAR:
a) Hitið olíuna í stórum potti yfir meðalhita.
b) Bætið við lauk og hvítlauk. Eldið hægt þar til ilmandi.
c) Blandið grænu chile paprikunni, sveppunum, kúmeninu og oregano saman við. Haltu áfram að elda og hrærðu í blöndunni þar til hún er mjúk, um það bil 3 mínútur.
d) Bætið við beinasoði, kalkúni og hvítum baunum. Látið malla í 15 mínútur, hrærið af og til.
e) Skerið chili. Bætið við osti og skreytið með steinseljulaufum. Njóttu!

2. Einpotta Turkey Chili Mac

HRÁEFNI:

- 1 matskeið kókosolía
- 1 pund malaður kalkúnn
- ½ tsk kosher salt
- ¼ bolli laukur, skorinn í bita
- 2 sellerístilkar, skornir í teninga
- ½ bolli paprika, skorin í teninga
- 4 bollar kjúklingabeinasoð (2 öskjur)
- 1 (16-oz) krukka meðalþykk og þykk salsa
- 1 (15-16 oz) dós með minni natríum rauðum nýrnabaunum, tæmd
- 1 (1,25-oz) pakki chili kryddblanda
- 8 aura olnboga makkarónur
- 2 aura cheddar ostur, skorinn í teninga
- 1 (8-oz) dós tómatsósa án salti
- Steinseljublöð til skrauts

LEIÐBEININGAR:

a) Hitið olíu í stórum potti yfir miðlungs hátt. Setjið malaðan kalkún á pönnuna og kryddið með salti. Eldið 3-4 mínútur með því að nota spaðann til að mylja kjötið.

b) Hrærið lauk, sellerí og papriku út í, eldið í 2 mínútur í viðbót þar til kalkúninn er eldaður í gegn. Bætið við seyði, salsa, baunum og kryddblöndunni. Látið suðuna koma upp.

c) Hrærið pasta í; eldið í 8 mínútur, hrærið af og til. Skerið ostinn í litla teninga á meðan. Hrærið tómatsósu út í og eldið í 1 mínútu í viðbót. Berið chili fram með osti og steinselju.

3. Geggjað grasker chili

Gerir: 4 skammta

Hráefni:
- 2 matskeiðar olía
- 1 stór laukur, saxaður
- 15 aura dós af baunum
- 2 hvítlauksgeirar
- 15 aura dós heilkorna maís, tæmd og skoluð
- 1 matskeiðar chili duft
- 15 aura dós af hægelduðum tómötum, með safa
- 1 tsk malað kúmen
- 15 aura dós af graskersmauki
- ½ tsk svartur pipar
- 1 ½ bolli vatn eða soð
- 1 tsk salt

LEIÐBEININGAR:
a) Í sigti, skolaðu og skolaðu baunir og maís.
b) Hitið olíu í stórum potti við meðalháan hita. Bætið við lauk.
c) Eldið, hrærið oft, þar til það er mjúkt.
d) Bæta við hvítlauk. Eldið í 1 mínútu, hrærið stöðugt í.
e) Bæta við tómötum og safa þeirra, graskeri, vatni, chilidufti, kúmeni, hvítlauk/laukdufti, salti og pipar. Látið suðuna koma upp. Dragðu úr hita niður í lágan. Bætið baunum og maís við.
f) Lokið og eldið, hrærið í, í 15-20 mínútur.

4. **Dádýra Chili**

HRÁEFNI:

- ½ pund pinto eða rauðar baunir
- 4 pund. grófsaxað villibráð (háls, hvolf, diskur, bringa, kringlótt, aftur, skaft) 1½ t. kúmenfræ
- ½ c. söxuð skál eða skál skorin í julienne strimla
- 6 góðir laukar, saxaðir
- 2-4 hvítlauksgeirar, saxaðir
- 1 t. óreganó
- 3 T. ferskt chiliduft
- 1 stór dós ítalskir skrældir tómatar
- 1 lítil dós grænt chili
- Salt og pipar
- Tabasco sósu (valfrjálst)
- 2 T. instant masa harina eða Polenta

LEIÐBEININGAR:

a) Þvoið baunirnar, hyljið með fersku köldu vatni, látið suðuna koma upp og látið malla í 2 mínútur; látið standa, þétt þakið, 1 klst. Undirbúið kjöt (stewing cuts er best ef fitulaust) með því að skera í 1-tommu teninga.

b) Setjið kúmenfræ í pönnu yfir meðalhita og haltu þeim á hreyfingu þar til þau reykja og verða ristað brauðlituð; Dreifið þeim síðan á sléttan flöt og myljið með kökukefli. Bræðið nú suetið eða sowbelly í stórri pönnu; þú gætir skipt út fyrir nógu mikið af jurtaolíu eða annarri styttingu til að húða botninn á pönnunni, en þú munt missa kjötbragðið.

c) Um leið og fitan er gengin út eða byrjar að malla bætið við nokkrum kjötbitum í einu og steikið, snúið teningum til að loka öllum hliðum.

d) Lækkið hitann og bætið við lauk og hvítlauk, hrærið af og til þar til laukurinn er orðinn hálfgagnsær. Bættu við þurrkuðu kúmenfræi, oregano og ferskasta chilidufti sem þú getur fengið; hrærið til að húða kjötið með kryddi, bætið tómötum og grænum chili út í, hitið að suðumarki, lækkið síðan hitann til að malla.

e) Látið suðuna koma upp í bleyti aftur og leyfið þeim að kúla næstum ómerkjanlega þar til þær eru mjúkar - 30 mínútur til klukkutíma, fer eftir baunum.

f) Á meðan fylgist með kjötblöndunni til að sjá að hún er ekki að verða of þurr, bætið við vatni eða soði eftir þörfum til að halda frekar fljótandi þéttleika. Smakkið til með kryddi, bætið við salti og pipar ef þörf krefur, og ögn af Tabasco eins og bragðlaukar þínir mæla fyrir um.

g) Eftir um það bil 1½ klukkustund (tíminn fer eftir gæðum og seigleika dádýraskurða) skaltu prófa kjötið; ef það er mjúkt skaltu rýma af umframfeiti - eða geyma í kæli yfir nótt til að láta fituna storkna til að auðvelt sé að fjarlægja hana. Bætið við masa harina til að þykkna.

h) Blandið síðan chili saman við soðnar baunir, látið suðumarkið koma aftur og leyfið bragðinu að blandast saman í 30 mínútur í viðbót.

5. Pólenta-toppað kalkúnn chili baka

Gerir: 8

HRÁEFNI:
- 6 matskeiðar canola olía
- ¾ bolli alhliða hveiti
- 2 tsk lyftiduft
- 1 egg, þeytt
- 1 laukur, saxaður
- ¾ bolli af fínni Polenta
- 2 hvítlauksrif, söxuð
- 1½ tsk kosher salt
- Matreiðsluprey
- 2 (14,5 únsur) dósir af eldristuðum tómötum, ótæmdar
- 1½ pund magur malaður kalkúnn
- 4 aura skarpur Cheddar ostur, rifinn
- 1 bolli ósaltað kjúklingakraftur
- 2 matskeiðar chiliduft
- Fersk kóríanderlauf
- 15 aura dós af svörtum baunum, tæmd og skoluð
- ¾ bolli 2% fituskert mjólk

LEIÐBEININGAR:
a) Hitlð 2 matskeiðar af olíunni á pönnu.
b) Bætið kalkúnnum og lauknum út í og steikið þar til er brúnt í um 7 mínútur.
c) Bætið hvítlauknum, chiliduftinu og 1 tsk salti saman við í um það bil 1 mínútu.
d) Flyttu yfir í Crockpot sem hefur verið úðað með matreiðsluúða.
e) Blandið tómötunum, soðinu og baununum saman við þar til það hefur blandast vel saman.
f) Sigtið lyftiduftið, hveitið, Polenta og saltið sem eftir er.
g) Bætið egginu, mjólkinni, ostinum og afganginum af rapsolíu saman við til að búa til deig.
h) Hellið Polenta deiginu yfir kalkúnablönduna í hæga eldavélinni. Eldið í 4 klukkustundir og 30 mínútur.

6. Chili sætkartöflugratín

Gerir: 6 skammta

HRÁEFNI:
- 2 dósir (10 aura) mild enchiladasósa (2 bollar)
- 1 bolli Vatn
- 2 stórir hvítlaukar
- Negull; saxað og maukað í mauk
- 5 stórar sætar kartöflur; (um 3 1/2 pund)
- 1⅓ bolli Grófrifinn Monterey Jack ostur; (um 6 aura)

LEIÐBEININGAR:
a) Forhitið ofninn í 375F. Látið enchiladasósu, vatn og hvítlauk malla í stórum potti með salti eftir smekk, hrærið af og til í 5 mínútur.

b) Flysjið kartöflur og skerið þversum í ⅛ tommu þykkar sneiðar. Leggið einn fjórða af kartöflum í sammiðja hringi, skarast örlítið í 3-litra gratíni eða grunnu bökunarformi og stráið ⅓ bolla af osti yfir. Haltu áfram að setja afganginn af kartöflum og osti í lag á sama hátt og endaðu með osti.

c) Hellið sósu rólega yfir kartöflurnar, látið síast á milli laga og bakið gratínsett á grunnu ofnpönnu (það má kúla yfir) í miðjum ofni í 1 klukkustund, eða þar til kartöflurnar eru orðnar meyrar.

d) Gratín má búa til 2 dögum á undan og kælt, þakið.

e) Hitið gratínið aftur, þakið, í ofni.

7. Tómat Chili Með Taco Hnetukjöti

Gerir: 4 skammta

Hráefni
3 bollar fræhreinsaðir og saxaðir tómatar
1 bolli fræhreinsaður og saxaður, blandaður rauðri og grænni papriku
¼ bolli saxað sellerí
¼ bolli saxaður gulur laukur
1/3 bolli saxaður sveppir (hvaða sem er)
1/3 bolli maískorn
1 tsk hakkaður hvítlaukur
2 tsk chili duft
1 tsk malað kúmen
¾ teskeið þurrkað oregano
¼ tsk sjávarsalt
1 uppskrift Taco hnetukjöt

LEIÐBEININGAR
Setjið allt hráefnið í blöndunarskál og blandið vel saman. Flyttu þriðjungi af blöndunni yfir í háhraða blandara og maukaðu. Setjið maukið aftur í blöndunarskálina.
Til að bera fram, skiptið í fjórar skálar. Toppaðu hvern skammt með Taco Nut Meat og njóttu.

8. Bauna og kjúklinga chili

Gerir: 8-10

HRÁEFNI:
- 1 punda kjúklingabringur, beinlausar og roðlausar
- 2 matskeiðar ólífuolía (extra virgin)
- 1 meðalstór skorinn laukur
- 2 hvítlauksrif
- 2 dósir (15 aura hvor) af navy baunum, tæmd og skoluð
- 1 bolli ferskir eða frosnir maískornir
- 1 4 aura geta saxað grænt chili
- ⅛ teskeið cayenne pipar
- 3 bollar af vatni
- 2 bollar rifinn Monterey Jack ostur
- 2 matskeiðar ferskt kóríander, saxað
- 2 tsk chili duft
- 2 tsk malað kúmen

LEIÐBEININGAR:
a) Nuddaðu kjúklinginn með salti og pipar.
b) Hitið olíuna á pönnu við háan hita, bætið síðan kjúklingabitunum út í og eldið, hrærið, þar til þeir eru gullinbrúnir.
c) Lækkið hitann og hrærið lauknum og hvítlauknum saman við.
d) Eldið, hrærið af og til, í 5-6 mínútur, eða þar tll laukurinn er hálfgagnsær.
e) Bætið baunum, maís, papriku, kryddi og vatni út í.
f) Látið suðuna koma upp, lækkið síðan hitann og eldið, án loks, í 1 klukkustund.
g) Stráið hvern skammt með skeið af osti og smá kóríander.

9. <u>**Villi hrísgrjón og Chili Dip**</u>

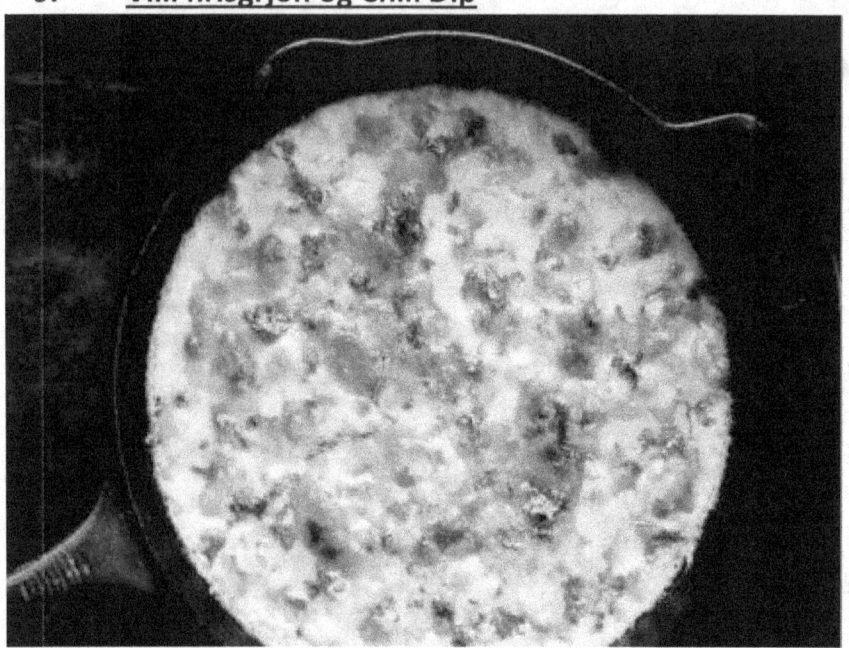

Gerir: 4 til 6 skammta

HRÁEFNI:
- 12 aura af soðnum linsum
- 1/4 bolli gerlaust grænmetissoð
- 1/4 bolli söxuð græn paprika
- 1/2 hvítlauksgeiri, pressaður
- 1 bolli niðurskornir tómatar
- 1/4 bolli saxaður laukur
- 2 aura rjómaostur
- 1/2 msk chiliduft
- 1/2 tsk kúmen
- 1/4 tsk sjávarsalt
- Dash papriku
- 1/2 bolli soðin villi hrísgrjón

LEIÐBEININGAR
a) Eldið linsubaunir og grænmetissoð í lítilli pönnu.
b) Bætið lauknum, paprikunni, hvítlauknum og tómötunum út í og eldið í 8 mínútur við meðalhita.
c) Blandaðu saman rjómaosti, chilidufti, kúmeni og sjávarsalti í blandara þar til það er slétt.
d) Blandið saman hrísgrjónum, rjómaostablöndunni og linsubaunablöndunni í stórri blöndunarskál og hrærið vel.

10. <u>Chili con Carne</u>

HRÁEFNI:
- Nautahakk 500g
- 1 Stór laukur saxaður
- 3 hvítlauksrif
- 2 dósir saxaðir tómatar 400g
- Kreista af tómatmauki
- 1 tsk af chilidufti (eða eftir smekk)
- 1 tsk af möluðu kúmeni
- slatti af Worcester sósu
- Stráið salti og pipar yfir
- 1 Hakkað rauð paprika
- 1 dós af tæmdum nýrnabaunum 400g

LEIÐBEININGAR:
a) Steikið laukinn á heitri pönnu með olíu þar til hann er næstum brúnn og bætið svo söxuðum hvítlauk út í
b) Bætið hakkinu út í og hrærið þar til það er brúnt; tæmdu umframfitu ef þess er óskað
c) Bætið við öllu þurrkuðu kryddi og kryddi, lækkið hitann og bætið niðursöxuðum tómötum út í
d) Hrærið vel og bætið við tómatpúrru og Worcestershire sósu og látið malla í um það bil klukkutíma (minna ef þú ert að flýta þér)
e) Bætið söxuðu rauðu paprikunni út í og haltu áfram að malla í 5 mínútur, bætið svo dósinni af tæmdum nýrnabaunum út í og eldið í 5 mínútur í viðbót. Ef chili verður að þorna einhvern tíma skaltu bara bæta við smá vatni.
f) Berið fram með hrísgrjónum, jakkakartöflum eða pasta!

11. Jamaíkaskvasssúpa

GERIR 4

HRÁEFNI:
- 1 stór laukur, afhýddur og saxaður
- 1 gulrót, afhýdd og saxuð
- 1 jalapeño, pipar, fræ fjarlægð, smátt saxað
- 3 matskeiðar smjör
- 2 tsk malað kúmen
- 2 tsk malað kóríander
- ½ tsk malaður kanill
- ½ tsk cayenne pipar
- ½ tsk chili duft
- 1 stór spaghettí-squash, afhýdd og skorin í teninga
- Kjúklingakraftur til að þekja grænmeti, um 3 bollar
- Safi úr 1 appelsínu
- Safi úr 1 lime

ANCHO krem
- 2 til 3 Ancho chili, helmingaður, stilkur og fræhreinsaður
- 6 matskeiðar möndlumjólk
- 4 matskeiðar sýrður rjómi
- Salt
- Pipar
- Lime safi eftir smekk

LEIÐBEININGAR:

a) Í stórum þungum potti, svitnaðu lauk, gulrót og Jalapeno pipar í smjöri þar til það er mjúkt
b) Bætið við kúmeni, kóríander, kanil, cayenne og chilidufti
c) Eldið í 2 mínútur til viðbótar við vægan hita
d) Bæta við leiðsögn
e) Setjið soðið yfir blönduna, safa úr einni appelsínu og safa úr lime Látið malla þar til leiðsögnin er mjúk, um það bil ½ klst.
f) Leyfðu kælingu
g) Maukið blönduna í örgjörva eða notið blöndunartæki
h) Setjið súpuna aftur á pönnuna, kryddið með salti og pipar
i) Hitið aftur og stillið krydd ef þarf
j) Snúðu í Ancho Cream
k) Skreytið með sýrðum rjóma þynnt með þungum rjóma
l) Setjið dúkku í miðju súpuskál og með tannstöngli, dragið frá miðju og út og myndið stjörnu eða kónguló

12. Lagniappe chili

Gerir: 40 skammta

HRÁEFNI:
- 1 pund Þurrkaðar pinto baunir
- 6 lítrar af vatni eða nautakrafti
- 2 lárviðarlauf
- 3 aura þurrkaðir tómatar
- 1 matskeið Salvía
- 1 tsk Oregano
- 3 tsk Cayenne duft
- 1 matskeið Svart sinnepsfræ; steikt
- 1 matskeið kúmenfræ; steikt
- ½ bolli Worcestershire sósa
- ½ bolli Nuoc mam
- ¼ bolli svartur pipar
- ¼ bolli heit paprika
- ¼ bolli Malað kúmen
- 4 stórar Chipotle paprikur; rifið í sundur
- 2 stórar Jalapeno paprikur; hakkað
- 2 pund ferskir tómatar; hakkað
- 1 dós (28 oz) skrældar tómatar; hakkað
- 12 aura tómatmauk
- 2 höfuð hvítlaukur; ýtt
- 2 stórir gulir laukar; hakkað
- 4 matskeiðar Canola olía
- 1 pund Kielbasa
- 3 pund nautahakk
- 2 matskeiðar Þurrkaðar rækjur
- 1 bolli Reyktar ostrur
- ¼ bolli hunang
- Salt eftir smekk

LEIÐBEININGAR:
a) Leggið pinto baunir í bleyti yfir nótt. Næsta morgun tæmdu baunirnar, fargaðu þeim sem fljóta.

b) Hitið vatn eða nautakraft, bætið pintos saman við. Látið suðuna koma rólega upp, lækkið hitann, bætið lárviðarlaufum út í og látið malla í tvær klukkustundir. Á meðan baunirnar malla, setjið eina matskeið af kúmenfræi og eina matskeið svört sinnepsfræ í litla þurra pönnu. Kveiktu á háum hita og eldaðu, hrærðu stöðugt, þar til fræ *bara* byrja að poppa. Takið strax af hitanum og myljið í mortéli eða matvinnsluvél. Áskilið.

c) Næst skaltu bæta öllu þurru kryddi, tómötum og chipotle papriku við baunirnar. Hrærið vel saman. Bætið worcestershire sósu og nuoc mam út í, hrærið. Setjið fjórar matskeiðar af olíu í stóra pönnu, saxið lauk og jalapeno papriku og steikið við meðalhita þar til laukurinn er hálfgagnsær. Bætið við chili pottinn, hrærið. Skerið eitt pund af kielbasa í sneiðar, brúnið á pönnu, bætið við chili. Brúnið nú þrjú pund af nautahakkinu, skerið með spaða í hæfilega stóra bita. Takið af hitanum, hellið af og bætið við chili.

d) Þrýstið nú tveimur hausum (um 25 geirar) af hvítlauk í chili. Bætið þurrkuðum rækjum og reyktum ostrum saman við. Hrærið, látið suðuna koma upp, lækkið niður í miðlungs suðu og eldið, þakið, í eina til tvær klukkustundir til viðbótar, hrærið af og til. Um það bil fimmtán mínútum fyrir framreiðslu bætið við fjórðungi bolla af hunangi, hrærið og saltið eftir smekk. Takið af hitanum og berið fram.

13. Gungo ertusúpa

GERIR 6-8

HRÁEFNI:
- 2 bollar (400 g) þurrkaðar gungo eða dúfubaunir
- 1 reyktur hangikjöt
- 2 meðalstórir laukar, skornir í stóra bita
- 2 gulrætur, skornar í stóra bita
- 1 stöngul sellerí, með laufum
- 2 skoskur húfur eða jalapeño chili, fræhreinsaður og skorinn í teninga
- 1 hvítlauksgeiri, saxaður
- 1 lárviðarlauf
- 1 tsk mulin fersk rósmarínblöð eða ¼ tsk mulin þurrkuð rósmarín
- 1 skammtur Spinners

LEIÐBEININGAR:
a) Undirbúðu Spinners
b) Þvoið baunirnar og setjið þær í skál. Bætið við nægu vatni til að hylja og látið liggja í bleyti yfir nótt. Tæmið og setjið til hliðar.
c) Bætið 6 bollum af vatni í pott og bætið skinkuhöggum, lauk, gulrótum, sellerí, chili, hvítlauk, lárviðarlaufi og rósmarín saman við. Látið suðuna koma upp, lækkið hitann í lágan og látið malla í 45 mínútur. Sigtið soðið, geymið skinkuhöggið og fargið grænmetinu. Skerið fituna af soðinu.
d) Setjið soðið og hangikjötið aftur í pottinn ásamt bleytu baunum. Látið malla við vægan hita þar til baunirnar eru orðnar meyrar, um 2 klst. Takið helminginn af baunum úr súpunni með sleif og maukið í matvinnsluvél.
e) Setjið maukið aftur í súpuna.
f) Bætið tilbúnum Spinners út í súpuna og hitið í gegn.

14. Maís og rækjusúpa

GERIR 8 SKÓMA

HRÁEFNI:
- 2 pund miðlungs rækjur í skeljum með hausum
- 8 eyru maís
- 1 stafur smjör
- ½ bolli alhliða hveiti
- 1 stór laukur, saxaður
- 3 grænir laukar, saxaðir, hvítir og grænir hlutar aðskildir
- 1 græn paprika, söxuð
- 2 sellerístilkar, saxaðir
- 1 tsk hakkaður hvítlaukur
- 1 (10 aura) dós upprunalega Ro-Tel tómatar og grænt chili
- Salt, nýmalaður svartur pipar og kreólakrydd eftir smekk
- ½ pint þungur rjómi
- 2 matskeiðar saxuð flatblaða steinselja

LEIÐBEININGAR:

a) Afhýðið, afhýðið og afhýðið rækjurnar, setjið hausana og skeljarnar í stóran pott. Setjið rækjuna til hliðar í kæliskápnum.

b) Notaðu mjög beittan hníf og skerðu kjarnana af maískolunum í mjög stóra skál. Notaðu sljóan borðhníf til að skafa kolana til að losa allan maísafann í skálina. Setja til hliðar.

c) Bætið maískolunum í pottinn með rækjuhýðinu. Bætið við nægu vatni til að hylja skeljarnar og kolana og látið suðuna koma upp. Lækkið hitann í miðlungs og látið malla í 30 mínútur, án loks. Þegar það hefur kólnað aðeins, sigtið soðið í stóran mæliglas og fargið skeljunum og kolunum. Þú ættir að hafa 8 bolla af lager; ef ekki skaltu bæta við nægu vatni til að búa til 8 bolla af vökva.

d) Í stórum, þungum potti, bræðið smjörið yfir miðlungshita; bætið hveitinu út í og eldið, hrærið stöðugt í, þar til rouxinn verður að litnum smjörlíki.

e) Bætið við lauknum, hvítu hlutunum af grænlauknum, paprikunni, selleríinu og hvítlauknum og eldið þar til laukurinn er hálfgagnsær. Bætið tómötunum út í og hrærið soðinu smám saman út í. Kryddið með salti, pipar og kreólakryddi og látið malla undir loki í um 15 mínútur. Bætið maísnum út í og eldið 10 mínútur lengur. Bætið rækjunum út í og eldið þar til þær eru bleikar, um það bil 2 mínútur. Bætið við rjómanum, grænlaukstoppunum og steinseljunni. Þegar tilbúið er að bera fram, hitið varlega. Ekki sjóða.

15. Brunswick plokkfiskur

Gerir: 8 TIL 10 SKÓTTA

HRÁEFNI:
- 6 bollar kjúklingasoð
- 2 bollar Slow Cooker BBQ Pulled Pork
- 2 bollar saxaður kjúklingur, soðinn
- 2 bollar frosnar eða þurrar lima baunir
- 3 meðalstórar kartöflur, skrældar og skornar í teninga
- 1 (14 aura) dós hægeldaðir tómatar í tómatsafa
- 1 stór rauðlaukur, skorinn í teninga
- 1½ bolli frosnar baunir og gulrætur
- 1½ bolli frosin okra
- 1 bolli frosinn maís
- 1 bolli hickory BBQ sósa
- 3 hvítlauksrif, söxuð
- 2 matskeiðar Worcestershire sósa
- 2½ tsk kryddsalt
- 1 tsk malaður svartur pipar
- ½ tsk malað kúmen

LEIÐBEININGAR:

a) Bætið öllu hráefninu í 6 lítra hæga eldavél. Hrærið þar til allt hefur blandast vel saman. Setjið lokið á hæga eldavélina og stillið hitann á lágan.

b) Eldið í 5 klukkustundir, berið síðan fram. Allar afgangar má geyma í loftþéttum umbúðum í kæli í allt að 5 daga.

16. **Bauna- og hrísgrjónasúpa**

Gerir: 4

HRÁEFNI:
- 2 bollar kjúklingur, soðinn og skorinn í teninga
- 1 bolli langkorna hrísgrjón, soðin
- 2 15 aura dósir af pinto baunum, tæmdar
- 4 bollar kjúklingakraftur
- 2 matskeiðar Taco kryddblanda
- 1 bolli tómatsósa

Álegg:
- Rifinn ostur
- Salsa
- Hakkað kóríander
- Saxaður laukur

LEIÐBEININGAR:
a) Setjið allt hráefnið í meðalstóran pott. Hrærið varlega.
b) Eldið við meðalhita, látið malla í um 20 mínútur, hrærið af og til.
c) Berið fram með áleggi.

17. Hrísgrjónasúpa

Gerir: 4

HRÁEFNI:
- 4 stórir sellerístilkar
- 3 stórar gulrætur
- 1 meðalstór hvítur laukur
- 1 tsk þurrkað timjan
- 1 tsk þurrkuð steinselja
- 1 tsk hvítlauksduft
- 1 tsk salt
- ½ tsk möluð salvía
- 1 matskeið kókos amínó
- 4 bollar grænmetissoð
- 2 bollar vatn
- 2/3 bolli langkorna hvít hrísgrjón
- 1 dós pinto baunir (15 oz. dós)

LEIÐBEININGAR:
a) Skerið eða skerið grænmetið í hæfilega bita.
b) Bætið stórum potti við eldavélina og kveikið á meðalhita. Spreyið botninn á pottinum með avókadóolíu eða ólífuolíuspreyi. Bæta við grænmeti.
c) Eldið grænmetið í 3-4 mínútur.
d) Eftir 3-4 mínútur bætið við kryddi, lárviðarlaufi og kókoshnetumínóum. Hrærið og eldið 1-2 mínútur í viðbót.
e) Á meðan grænmetið er að eldast skaltu skola hrísgrjónin vel.
f) Bætið ½ bolli af grænmetissoði út í og skafið botninn/hlið pottsins og fjarlægið brúna bita af botninum.
g) Bætið restinni af soðinu, vatni og hrísgrjónum í pottinn. Hrærið og lokið. Snúðu hitann upp í háan.
h) Þegar súpan er komin að suðu skaltu lækka hitann í lágan og elda í 15 mínútur.
i) Á meðan súpan er að eldast skaltu skola og tæma baunirnar. Og bætið þeim út í súpuna.
j) Rétt áður en borið er fram skaltu fjarlægja lárviðarlaufin. Berið fram heitt.

18. <u>**Bakað grænmetis gumbo kreóla**</u>

Gerir: 10 skammta

HRÁEFNI:

1 pund Fersk okra, skv. sneið
2 pakkar Frosið okra í sneiðum (10oz)
Sjóðandi saltað vatn
1 rifsellerí, skorið á ská
2 paprikur, í strimlum
2 pakkar Frosnar lima baunir (10oz)
8 eyru ferskir maískjarnar
2 pakkar Frosinn maís, þíða (10oz)
Smjör eða smjörlíki
Brauðmylsna
1 lítill laukur, saxaður
4 þroskaðir tómatar, sneiddir
2 Serrano chiles, þunnar sneiðar
1 tsk Hakkað fersk basilíka
½ tsk Þurrkuð basilíka, mulin
Salt eftir smekk
Svartur pipar eftir smekk
½ bolli rifinn Monterey Jack

LEIÐBEININGAR:

a) Eldið ferskt okra stuttlega í sjóðandi söltu vatni; holræsi.
b) Blasaðu sellerí í sjóðandi söltu vatni.
c) Bætið papriku og lima baunum út í og eldið þar til það er aðeins mjúkt; á síðustu 30 sekúndum, bætið við maís (ekki ofelda) og tæmdu síðan grænmetið.
d) Smyrjið stórt eldfast mót og stráið brauðmylsnu yfir; bæta við lagi af maís-baunablöndu og okra.
e) Blandið saman lauk, tómötum og basil; skeið lag af lauk-tómatblöndu yfir botnlagið í fatinu.
f) Stráið chili yfir og kryddið með salti og pipar.
g) Dreifið smjöri yfir og stráið brauðmylsnu yfir.
h) Endurtaktu lagningu þar til potturinn er fylltur.
i) Toppið með lagi af okra sem hefur verið dýft í mola og léttsteikt í smjöri; stráið rifnum osti jafnt yfir ef vill.
j) Bakið afhjúpað í forhitaðri 300' yfir í 1 klukkustund.

19. Rauða baun Jambalaya

Gerir 4 skammta

HRÁEFNI:

- 1 matskeið ólífuolía
- 1 meðalstór gulur laukur, saxaður
- 2 sellerí rif, saxað
- 1 meðalgræn paprika, söxuð
- 3 hvítlauksrif, söxuð
- 1 bolli langkorna hrísgrjón
- 3 bollar soðnar eða 2 (15,5 aura) dósir dökkrauðar nýrnabaunir
- 1 (14,5 aura) dós sneiddir tómatar, tæmd
- (14,5 aura) dós muldir tómatar
- (4-eyri) getur mildur grænn chiles, tæmd
- 1 tsk þurrkað timjan
- 1/2 tsk þurrkuð marjoram
- 1 tsk salt
- Nýmalaður svartur pipar
- 21/2 bolli grænmetissoð
- 1 msk söxuð fersk steinselja, til skrauts
- Tabasco sósa (valfrjálst)

LEIÐBEININGAR:

a) Hitið olíuna yfir miðlungshita í stórum potti. Bætið við lauknum, selleríinu, paprikunni og hvítlauknum. Lokið og eldið þar til það er mjúkt, um 7 mínútur.

b) Hrærið hrísgrjónum, baunum, hægelduðum tómötum, muldum tómötum, chiles, timjan, marjoram, salti og svörtum pipar út í eftir smekk. Bætið soðinu út í, setjið lok á og látið malla þar til grænmetið er mjúkt og hrísgrjónin mjúk, um 45 mínútur.

c) Stráið steinselju og skvettu af Tabasco yfir, ef það er notað, og berið fram.

20. Rauðar baunir og hrísgrjón

GERIR 8–10 SKÓMA

HRÁEFNI:
- 1 pund þurrkaðar nýrnabaunir
- 2 matskeiðar jurtaolía
- 1 stór laukur, saxaður
- 1 búnt grænn laukur, saxaður, hvítir og grænir hlutar aðskildir
- 1 græn paprika, söxuð
- 2 sellerístilkar, saxaðir
- 4 hvítlauksrif, söxuð
- 6 bollar vatn
- 3 lárviðarlauf
- ½ tsk þurrkað timjan
- 1 tsk Creole krydd
- 1 skinkubein með skinku á, helst, eða 2 skinkuhár eða ½ pund skinkubitar
- Salt og nýmalaður svartur pipar, eftir smekk
- 1 pund reykt pylsa, skorin í ½ tommu þykka hringi
- 2 matskeiðar saxuð flatblaða steinselja, auk meira til að bera fram
- Soðin langkorna hvít hrísgrjón, til framreiðslu

LEIÐBEININGAR:
a) Setjið baunirnar í stóran pott, hyljið með vatni, leggið í bleyti yfir nótt og látið renna af.
b) Hitið olíuna í stórum, þungum potti og steikið laukinn, hvíta hluta græna lauksins, paprikuna, selleríið og hvítlaukinn.
c) Brúnið pylsuna á stórri pönnu. Setja til hliðar.
d) Bætið baununum, vatni, lárviðarlaufum, timjani, kreólakryddi og skinku út í pottinn og látið suðuna koma upp. Lækkið hitann, setjið lok á og látið malla í 2 klukkustundir, hrærið af og til og bætið pylsunni út í 30 mínútum áður en eldun er lokið.
e) Fjarlægðu lárviðarlaufin, hrærðu steinseljunni út í og berðu fram í skálum með hrísgrjónunum. Stráið skálum með meiri steinselju, ef vill.

21. <u>**Augnablik Pot baunir & Sveppir Gumbo**</u>

Gerir: 4

HRÁEFNI:
- 3 hvítlauksgeirar, saxaðir
- 1 bolli sveppir, sneiddir
- 1 bolli nýrnabaunir, lagðar í bleyti yfir nótt
- 1 paprika, söxuð
- 2 matskeiðar tamari sósa
- 2 meðalstórir kúrbítar, skornir í sneiðar
- 2 bollar grænmetiskraftur

LEIÐBEININGAR:
a) Bætið öllu hráefninu í instant pottinn og hrærið vel.
b) Lokaðu pottinum með loki og eldaðu á háum hita í 8 mínútur,
c) Leyfðu að losa þrýsting náttúrulega í 10 mínútur og slepptu síðan með hraðlosunaraðferðinni.
d) Hrærið vel og berið fram.

22. Gumbo Z'Herbes

Gerir 6 skammta

- 1/4 bolli ólífuolía
- 1 meðalstór laukur, saxaður
- 1 meðalgræn paprika, söxuð
- 1 sellerí rif, saxað
- 3 hvítlauksrif, söxuð
- 1/4 bolli alhliða hveiti
- 1 (14,5 aura) dós sneiddir tómatar, tæmd
- 1 tsk þurrkuð marjoram
- 1/4 tsk malað cayenne
- 7 bollar grænmetissoð
- 4 bollar niðurskorið ferskt spínat
- 4 bollar niðurskorið grænkál
- 2 meðalstórir blómkarsar, harðir stilkar fjarlægðir, saxaðir
- 1 meðalstórt sígóríubúnt
- Salt og nýmalaður svartur pipar
- 1 1/2 bolli soðnar eða 1 (15,5 aura) dós dökkrauðar nýrnabaunir, tæmdar og skolaðar
- 1 tsk Tabasco sósa, eða eftir smekk
- 1/2 tsk gumbo filé duft (valfrjálst)
- 3 bollar heit soðin langkorna hvít hrísgrjón

a) Hitið olíuna yfir meðalhita í stórum súpupotti. Bætið við lauknum, paprikunni, selleríinu og hvítlauknum. Lokið og eldið þar til það er mjúkt, um það bil 10 mínútur.

b) Hrærið hveitinu út í og eldið, hrærið stöðugt, þar til hveitið dökknar í brúnleitan lit, um það bil 10 mínútur. Hrærið tómötum, marjoram, cayenne og seyði saman við og látið suðuna koma upp.

c) Bætið spínatinu, grænkálinu, karsunni og síkóríunni út í. Lækkið hitann í lágan, kryddið með salti og svörtum pipar eftir smekk og látið malla, hrærið af og til, þar til grænmetið er meyrt, um það bil 20 mínútur.

d) Bætið baununum, steinseljunni og Tabasco út í og eldið 10 mínútur lengur.

e) Hrærið filédufti út í, ef vill, og takið af hitanum.

f) Setjið 1/2 bolla af hrísgrjónum í hverja grunna súpuskál, hellið gumbo yfir hrísgrjónin og berið fram.

23. Blandað korn chili

Gerir: 12

HRÁEFNI:
- 2 matskeiðar ólífuolía
- 2 skalottlaukar, saxaðir
- 1 stór gulur laukur, skorinn í teninga
- 1 msk ferskt engifer, fínt rifið
- 8 hvítlauksrif, mulin
- 1 tsk malað kúmen
- 3 matskeiðar rauð piparduft
- Salt
- Svartur pipar
- 28 aura dós af muldum tómötum
- 1 niðursoðinn chipotle pipar, saxaður
- 1 Serrano pipar, fræhreinsaður og saxaður
- 3 saxaðir vorlaukar
- ⅔ bolli bulgur
- ⅔ bolli perlubygg
- 2¼ bollar blandaðar linsubaunir, skolaðar
- 1½ bolli niðursoðnar kjúklingabaunir

LEIÐBEININGAR:
a) Hitið olíuna á pönnu við háan hita og steikið skalottlaukur og lauk í 4-5 mínútur.
b) Steikið í 1 mínútu með engifer, hvítlauk, kúmeni og chilidufti.
c) Blandið saman við tómatana, paprikuna og soðið.
d) Látið suðuna koma upp í hráefninu, fyrir utan vorlaukinn.
e) Lækkið niður í lágan hita og eldið í 35 til 45 mínútur, eða þar til æskilegri þykkt er náð.
f) Berið fram heitt og stráið vorlauk yfir.

24. Rauð baun og búlgur chili

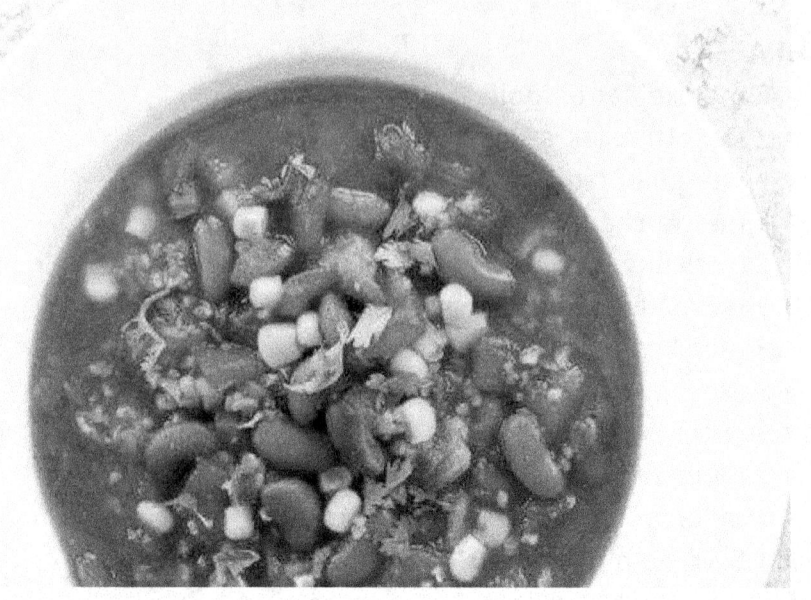

Gerir 4 skammta

- 2 matskeiðar ólífuolía
- 1 meðalstór rauðlaukur, saxaður
- 1 meðalstór rauð paprika, söxuð
- 3 hvítlauksrif, söxuð
- 2 matskeiðar chiliduft
- 1/2 tsk þurrkað oregano
- 1 (14,5 aura) dós sneiddir tómatar, tæmd
- 2 bollar tómatsalsa
- 3 bollar soðnar eða 2 (15,5 aura) dósir dökkrauðar nýrnabaunir, skolaðar og tæmdar
- 1 bolli vatn
- 1 bolli bulgur
- 1 (4-eyri) dós hakkað mildt grænt chiles, tæmt

Hitið olíuna yfir miðlungshita í stórum potti. Bætið lauknum og paprikunni út í, setjið lok á og eldið þar til það er mjúkt, um það bil 7 mínútur.

Hrærið hvítlauknum, chiliduftinu og oregano út í og eldið, afhjúpað, þar til ilmandi, 1 mínútu. Bætið tómötum, salsa, baunum, vatni, bulgur, chiles og salti út í.

Lokið og látið malla, hrærið af og til, þar til bulgurið er mjúkt og chili er þykkt og bragðmikið, um það bil 45 mínútur. Berið fram strax.

25. **Hvít baun, kalkúnn og pylsupili**

Afrakstur: 6 skammtar

Hráefni
- 1 (1 únsa) pakki heitar ítalskar pylsur
- 1 matskeið ólífuolía
- 2 kalkúnakótilettur, skornar í hæfilega stóra bita
- 1 matskeið malað kúmen
- 1 ½ tsk hvítlauksduft
- 1 klípa salt og malaður svartur pipar eftir smekk
- 2 laukar, saxaðir
- 8 hvítlauksrif
- 4 (15 aura) dósir hvítar nýrnabaunir (cannellini), skolaðar og tæmdar
- 3 (10,75 aura) dósir með lágt natríum kjúklingasoð
- 1 matskeið malað kúmen
- 1 ½ tsk hvítlauksduft
- 2 paprikur jalapeno paprikur, saxaðar
- 2 paprikur heil jalapeno paprika

Leiðbeiningar
a) Forhitið ofninn í 350 gráður F (175 gráður C).
b) Vefjið pylsunum inn í álpappír, setjið þær á bökunarplötu og bakið í 30 mínútur.
c) Hitið ólífuolíu á stórri steypujárni á pönnu við meðalháan hita. Eldið og hrærið kalkúnn í heitri olíu þar til hann er jafnbrúnn, um það bil 5 mínútur.
d) Kryddið kalkúninn með 1 msk kúmeni, 1 1/2 tsk hvítlauksdufti, salti og svörtum pipar. Bætið lauk og hvítlauk við kalkúninn; haltu áfram að elda og hrærið þar til laukurinn er mjúkur, 5 til 7 mínútur.
e) Hellið hvítum nýrnabaunum og kjúklingasoði út í. Kryddið með 1 msk kúmeni og 1 1/2 tsk hvítlauksdufti. Látið malla við meðalhita, hrærið af og til, í 30 mínútur.
f) Blandið söxuðum jalapenó og heilu jalapenó paprikunni út í, ef vill.
g) Takið pylsurnar úr ofninum og skerið þær í stóra bita. Hrærið pylsunni út í chili.
h) Eldið chili þar til heil jalapeno paprikan er mjúk og chili er þykkt, um það bil 15 mínútur í viðbót.

26. <u>Svartbaunasúpa</u>

Gerir: 8 skammta

HRÁEFNI:
- 4 hvítlauksgeirar, saxaðir
- 8 aura svartar baunir, þvegnar og liggja í bleyti yfir nótt
- 7 bollar natríumsnautt kjúklingakraftur eða vatn
- ½ bolli flatbjór
- ¾ bolli dökkt romm
- 2 laukar, skornir í bita
- 2 matskeiðar smjör eða smjörlíki
- 1 bolli sellerí, smátt saxað
- 1 græn paprika, fræhreinsuð og skorin í teninga
- 1 rauð paprika, fræhreinsuð og skorin í teninga
- 2 chilipipar, fræhreinsaðar og söxaðar
- 2 gulrætur, skrældar og skornar í teninga
- ½ bolli niðursoðnir niðursoðnir tómatar
- 1½ msk malað kúmen
- 1 tsk rauð heit sósa
- ½ matskeið chili duft
- ½ tsk nýmalaður svartur pipar
- ½ tsk salt
- ¼ tsk cayenne pipar
- 1 matskeið fersk kóríander, söxuð

LEIÐBEININGAR
a) Tæmið svörtu baunirnar og blandið þeim saman við soðið, bjór, romm, hvítlauk og helminginn af lauknum í potti.
b) Eldið, hrærið af og til, í 1½ klukkustund við lágan hita.
c) Bætið við allt að 2 bollum af sjóðandi vatni og látið malla í 15 mínútur.
d) Maukið baunablönduna í matvinnsluvél.
e) Bræðið smjör á annarri pönnu. Bætið við afganginum af lauknum, ásamt selleríinu, paprikunni og gulrótunum.
f) Steikið grænmetið í 5 til 7 mínútur, eða þar til það er mjúkt en ekki mjúkt.
g) Bætið steiktu grænmetinu, muldum tómötum, maukuðu blöndunni og kryddi í pottinn.
h) Hrærið af og til, látið suðuna koma upp og eldið í um 15 mínútur.
i) Berið strax fram með sýrðum rjóma eða jógúrt.

27. Rauðbaunasúpa

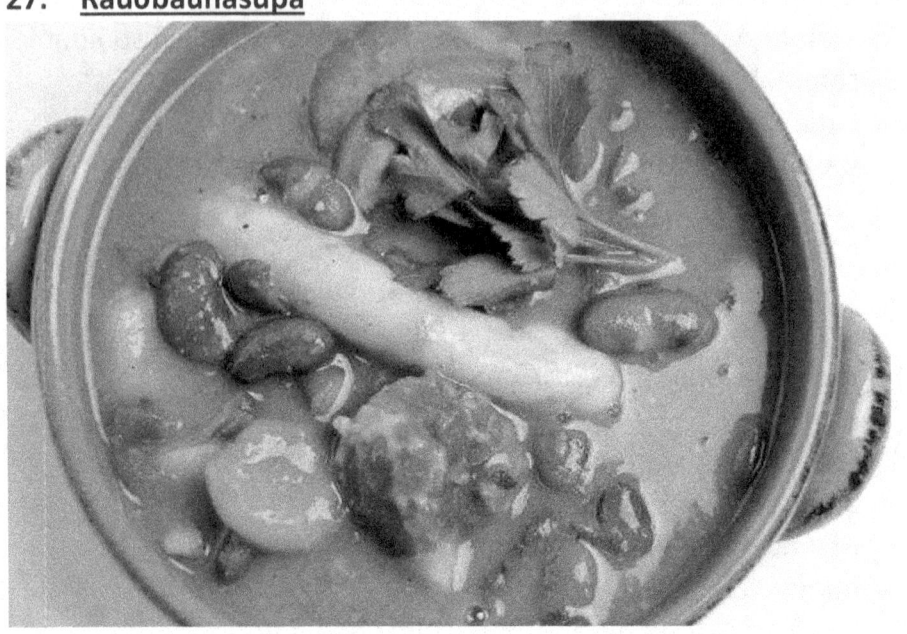

Gerir: 8 skammta

Hráefni
- 1 laukur, saxaður
- 2 sellerístilkar, saxaðir
- 6 Serrano eða Jalapeno chiles, saxað
- 2 bollar þurrkaðar nýrnabaunir
- ¼ pund salt svínakjöt
- 1½ lítri vatn
- Salt og pipar eftir smekk

LEIÐBEININGAR
a) Blandið hráefnum saman í hægum eldavél.
b) Látið suðuna koma upp, lækkið síðan hitann og látið malla í þrjár klukkustundir.
c) Blandið þar til það er slétt og síið síðan.
d) Berið súpuna fram heita af hellunni.

28. **Instant Pot Quinoa Chili**

Gerir: 5

HRÁEFNI:
- 1/2 bolli ósoðið kínóa
- 1 matskeið chiliduft
- 1 meðalstór laukur, skorinn í bita
- 1 chipotle pipar í adobo sósu, smátt saxaður
- 1 jalapenó, fræ fjarlægð, skorin í teninga
- 14oz nýrnabaunir, tæmdar og skolaðar
- 3 hvítlauksgeirar, saxaðir
- 2 matskeiðar tómatmauk
- 2 paprikur, skornar í teninga
- 28oz tómatar, sneiddir
- 1 tsk oregano
- 1/2 tsk paprika
- 1 tsk kúmen
- 1 bolli grænmetissoð
- Salt og pipar, eftir smekk

LEIÐBEININGAR:
a) Byrjaðu að setja hráefnin í lag í pottinum með lauknum, paprikunni, hvítlaukskryddinu og öðrum hlutum. Það er óþarfi að blanda því saman.
b) Lokaðu lokinu á skyndipottinum og vertu viss um að lokinn sé stilltur á „Seal".
c) Ýttu á „Pressure Cook" og stilltu teljarann á að minnsta kosti 5 mínútur. Þegar tímamælirinn fer í gang skaltu leyfa þrýstingnum að losa náttúrulega í um það bil 10 mínútur. Síðan ef flotventillinn hefur ekki fallið ennþá skaltu snúa honum varlega í hraðsleppingu til að hleypa þrýstingnum frá augnablikspottinum.
d) Þegar flotventillinn er fallinn geturðu tekið lokið varlega af.
e) Kryddið með salti, pipar og berið fram strax. Toppið með fersku kóríander, sýrðum rjóma úr plöntum og grænum lauk.

29. Chili ramen pottréttur

Gerir: 4

HRÁEFNI:

- 3 pakkar ramen núðlur
- 2 (15 aura) dósir chili með baunum
- 1 (15 aura) dósir skornir tómatar
- 4-8 aura rifinn ostur

LEIÐBEININGAR:

a) Hellið 6 C. af vatni í 3 lítra bökunarpönnu. Settu lokið á og settu það í örbylgjuofn í 3 til 4 mínútur til að hita upp.
b) Notaðu kefli til að mylja ramen örlítið. Hrærið núðlunum út í heita vatnið í pottinum.
c) Setjið lokið á og látið malla í örbylgjuofni í 2 mínútur. Hrærið núðlurnar og eldið þær í 2 mínútur til viðbótar.
d) Fleygðu umframvatninu úr pottinum og skildu núðlurnar eftir í henni.
e) Bætið tómötunum saman við chili og hrærið þeim vel.
f) Eldið þær í örbylgjuofni á háum hita í 5 mínútur til viðbótar. Toppið ramen pottinn með rifnum osti.
g) Setjið lokið á og látið standa í nokkrar mínútur þar til osturinn bráðnar.
h) Berið pottinn þinn fram heitan.
i) Njóttu.

30. Campfire Chili

Hráefni:
- 1 pund nautahakk
- 1 stór dós nýrnabaunir
- 1 dós niðurskornir tómatar
- 1 dós maukaðir tómatar
- laukur og græn paprika ef vill
- 1 umslag chili kryddblanda
- 1 kassi Jiffy maísmuffins blanda

LEIÐBEININGAR:
a) Þegar eldstokkar eru rauðglóandi skaltu raða þeim í hring í kringum tómt rými á stærð við pottinn þinn.
b) Setjið steypujárns pott í rýmið og bætið nautahakkinu, lauknum og paprikunni við. Eldið og hrærið þar til nautahakkið er brúnt í gegn.
c) Bætið tómötum, tómatpúrru og kryddblöndunni saman við. Setjið lok á pottinn og leyfið að hitna í gegn.
d) Á meðan það er að hitna, undirbúið muffinsblöndu samkvæmt leiðbeiningum á pakkanum.
e) Þegar chili er heitt skaltu dreifa tilbúnu muffinsblöndunni yfir toppinn á chili.
f) Setjið lok aftur á pottinn. Setjið rauðkol ofan á lokið og eldið þar til maísbrauðsáleggið er tilbúið. Hversu langan tíma þetta mun taka fer eftir því hversu heit kolin þín eru. Það gæti verið allt að 15-20 mínútur; eða gæti verið lengri.
g) Takið pottinn af eldinum og berið fram.

31. Maísbrauð á chili

Gerir: 6–8 skammta

Hráefni:
- 1 meðalstór laukur, saxaður
- 1 msk smjör eða smjörlíki
- 2 dósir (15 aura hvor) chili með kjöti og baunum
- 1 dós (11 aura) maís að mexíkóskum stíl, tæmd
- 1 bolli rifinn cheddar ostur
- 1 pakki maísbrauð blanda (8x8 tommu pönnustærð)

LEIÐBEININGAR:
a) Hitið ofninn í 425 gráður.
b) Á pönnu, steikið laukinn í smjöri þar til laukurinn er mjúkur. Hrærið chili og maís saman við. Dreifðu chili blöndunni í smurða 9x13 tommu pönnu. Stráið osti yfir.
c) Blandið maísbrauðblöndunni saman í skál samkvæmt leiðbeiningum á pakka. Hellið deiginu jafnt yfir chiliblönduna.
d) Bakið í 25 mínútur, eða þar til maísbrauð er gullinbrúnt og sett í miðjuna.

32. Enchilada pottur

Gerir: 6 skammta

Hráefni:
- 1 pund nautahakk, brúnað og tæmt
- 1 dós (15 aura) chili, hvaða afbrigði sem er
- 1 dós (8 aura) tómatsósa
- 1 dós (10 aura) enchiladasósa
- 1 poki (10 aura) Fritos maísflögur, skipt
- 1 bolli sýrður rjómi
- 1 bolli rifinn cheddar ostur

LEIÐBEININGAR:
a) Hitið ofninn í 350 gráður.
b) Í stórri skál skaltu sameina soðið nautakjöt, chili, tómatsósu og enchiladasósu. Hrærið tveimur þriðju af flögum saman við. Dreifið blöndunni í smurt 2 lítra bökunarform.
c) Bakið, án loks, 24–28 mínútur, eða þar til það er hitað í gegn.
d) Dreifið sýrðum rjóma yfir. Stráið osti yfir sýrðan rjóma. Myljið afganginn af flögum og stráið yfir.
e) Bakið í 5–8 mínútur í viðbót, eða þar til osturinn er bráðinn.

33. Svínachili í Crockpot

Gerir: 8

Hráefni
- 1 tsk af sykri
- Kúmen, 1 tsk
- 2 tsk oregano
- Salt, 1 tsk
- 3 pund beinlaust svínakjöt, í teningum
- 3 teskeiðar af tómatmauki
- 2 laukar, saxaðir
- Hakkaður hvítlaukur, 2 negull
- 2 matskeiðar salatolía
- Þeyttur rjómi, ½ bolli
- Vatn, 1 bolli

AÐ ÞJÓNA
- Tortilla flögur
- Avókadó
- Sýrður rjómi

LEIÐBEININGAR:
a) Brúnið svínakjöt í Crockpot með olíu.
b) Bætið við lauknum, hvítlauknum, chiliduftinu, kúmeninu og oregano.
c) Bætið svínakjötinu aftur á pönnuna ásamt vatni, sykri, salti og tómatmauki.
d) Bætið rjóma út í og eldið á lágum hita í 1 klst.

34. **Kjúklingasúpa og baunir**

Gerir: 8
HRÁEFNI:
- 200 g kjúklingabringur
- Salt
- 1 stór saxaður laukur
- 1 tsk ólífuolía
- 2 hvítlauksgeirar, saxaðir
- 2 bollar saxaðir kirsuberjatómatar
- 2 saxaðar gulrætur
- 1 niðurskorin græn paprika
- 1 söxuð paprika
- 1 matskeið chiliduft
- 1 ½ tsk kúmen
- 1 tsk túrmerik
- 1 teskeið af papriku
- ¼ tsk þurrkað oregano
- 4 bollar natríumsnautt kjúklingasoð
- 2 bollar af maís
- 500 g af þvegin og tæmd svörtum baunum
- 1 bolli ferskt kóríander
- 1 bolli af osti

LEIÐBEININGAR:

a) Eldið kjúklingabringuna á pönnu fylltri með vatni við miðlungsháan hita í 10 til 15 mínútur; Rífðu það.

b) Hellið ólífuolíunni í stóran pott og hitið við meðalhita.

c) Bætið lauknum og hvítlauknum í um það bil 5 til 8 mínútur eða þar til laukurinn er hálfgagnsær.

d) Setjið tómata, gulrætur, papriku og þeytið vel saman í blandara eða matvinnsluvél.

e) Bætið kryddinu og teskeið á pönnuna í skrefi 3. Bætið við rifnum kjúklingi, blöndunni úr skrefi 4, maísnum, baununum og 2/4 bolla af kóríander. Ef þér finnst súpan of þykk skaltu setja vatn.

f) Eldið með loki á pönnunni að hluta í 30 mínútur til klukkutíma þar til kornið helst mjúkt.

g) Berið súpuna fram skreytta með ostinum og restinni af kóríandernum.

35. Svínakjötsposole

Gerir: 10

Hráefni:
- 3 punda beinlaus svínaöxl, snyrt og skorin í 1½ tommu bita
- 1 matskeið malað kúmen
- 1 tsk kosher salt
- 15 aura dós af hvítum hominy, tæmd og skoluð
- 1 tsk svartur pipar
- 1 matskeið canola olía
- 1½ bollar saxaður poblano chiles
- 1½ bolli saxaður gulur laukur
- 4 bollar ósaltað kjúklingakraftur
- Radísur skornar í þunnar sneiðar
- 15 aura dós af pinto baunum án salti, tæmd og skoluð
- 1 bolli salsa Verde
- Skurlaukinn skorinn þunnt
- Fersk oregano lauf

LEIÐBEININGAR:
36. Stráið svínakjötinu jafnt yfir með kúmeni, salti og svörtum pipar. Hitið olíuna á pönnu við meðalhita. Bætið helmingnum af svínakjöti á pönnuna; eldið, hrærið af og til, þar til gullinbrúnt, um 4 mínútur. Flyttu í Crockpot. Endurtaktu ferlið með svínakjötinu sem eftir er.
37. Bætið poblano chiles og lauknum út í og létt karamellusett, um það bil 5 mínútur.
38. Bætið ½ bolli af soðinu við pönnuna og hrærið til að losa brúnuðu bitana af botni pönnunnar; flytja í Crockpot.
39. Bætið salsa Verde, hominy, pinto baunum út í og eftir 3½ bolla af soði.
40. Eldið hægt þar til svínakjötið er meyrt, um 7½ klukkustund.
41. Maukið smá af baununum og hominy með kartöflustöppu.
42. Berið súpuna fram með sneiðum radísum, lauk og oregano laufum.

36. Mozzarella Chili Casserole

Gerir: 4

HRÁEFNI:

- 16 aura extra magurt nautahakk
- 28 aura spaghettí sósa
- 16 aura rotini pasta
- 16 aura rifinn mozzarella ostur

LEIÐBEININGAR:

a) Sjóðið pasta í sjóðandi vatni í 10 mínútur eða þar til núðlurnar eru mjúkar en stífar á bragðið.
b) Forhitið ofninn í 350 F
c) Spreyið eldunarspreyi á eldfast mót og setjið til hliðar.
d) Steikið nautakjöt á stórri pönnu við miðlungshita þar til það er brúnt jafnt og mylsnandi. Tæmið umframfeiti af pönnunni.
e) Bætið spaghettísósu og pasta við nautakjötið á pönnunni.
f) Í tilbúna pottréttinn skaltu raða lagi af kjöti og síðan lagi af osti og endurtaka þar til innihaldsefnin eru farin.
g) Bakið í 25 mínútur eða þar til osturinn er bráðinn og freyðandi.

37. Svínakjöt og papriku Chili

Gerir: 4

HRÁEFNI:

- 1 rauðlaukur, saxaður
- 2 punda svínakjöt, malað
- 4 hvítlauksrif, söxuð
- 2 rauðar paprikur, saxaðar
- 1 sellerístilkur, saxaður
- 25 aura ferskir tómatar, skrældir, muldir
- ¼ bolli grænt chili, saxað
- 2 matskeiðar ferskt oregano, saxað
- 2 matskeiðar chiliduft
- Klípa salt og svartan pipar
- Dregið af ólífuolíu

LEIÐBEININGAR:

a) Hitið pönnu með olíunni við meðalháan hita og bætið lauknum, hvítlauknum og kjötinu saman við. Blandið saman og brúnið í 5 mínútur og flytjið síðan yfir í hæga eldavélina.

b) Bætið restinni af hráefnunum saman við, blandið saman, setjið lok á og eldið við lágan hita í 8 klukkustundir.

c) Skiptið öllu í skálar og berið fram.

38. Crockpot kjúklinga Taco súpa

Gerir: 6

HRÁEFNI:
- 2 frosnar beinlausar kjúklingabringur
- 2 dósir af hvítum baunum eða svörtum baunum
- 1 dós af skornum tómötum
- ½ pakki af taco kryddi
- ½ teskeið af hvítlaukssalti
- 1 bolli af kjúklingasoði
- Salt og pipar eftir smekk
- Tortilla flögur, ostur sýrður rjómi og kóríander sem álegg

LEIÐBEININGAR:
g) Settu frosna kjúklinginn þinn í pottinn og settu hitt hráefnið líka í sundlaugina.

h) Látið malla í um 6-8 klst.

i) Að lokinni eldun skaltu taka kjúklinginn út og rífa hann í þá stærð sem þú vilt.

j) Að lokum skaltu setja rifna kjúklinginn í pottinn og setja hann á hægan eldavél. Hrærið og leyfið að elda.

k) Þú getur líka bætt við fleiri baunum og tómötum til að hjálpa til við að teygja kjötið og gera það bragðmeira.

39. Bean Chii með sjávarmosa

Gerir: 4

Hráefni:
- 1 Laukur
- 3 Hvítlauksrif
- 1 dós saxaður tómatur
- 2 matskeiðar tómatpúrra
- 1 bolli rauðar nýrnabaunir
- ½ bolli smjörbaunir
- ½ bolli Pinto baunir
- 1 bolli gulur/grænn pipar
- 2 aura Sea Moss hlaup
- 1 ferskur chilli
- 2 matskeiðar fljótandi amínó
- ½ teskeið malað kúmen
- ½ teskeið malað kóríander
- ½ teningur gerlaust grænmetiskraftur
- Himalayan salt og svartur pipar

LEIÐBEININGAR:

a) Þvoðu baunirnar (og tæmdu) og grænmetið með síuðu vatni og saxaðu síðan laukinn og paprikuna.

b) Hitið 50 ml af basísku vatni í potti og bætið sjávarmosageli, lauk, hvítlauk og papriku út í til að gufuseikja þar til það er mjúkt.

c) Bætið baununum út í, salti og pipar. Eldið í 5 mínútur.

d) Bætið söxuðum tómötum, mauki, chili, kúmeni, kóríander og amínó saman við og myljið í soðið teninginn.

e) Hrærið vel og hyljið með loki, látið malla við vægan hita í 20 mínútur.

f) Prófaðu það á bragðið og bættu við meira kryddi eftir því sem þú vilt.

g) Berið fram með hýðishrísgrjónum.

40.   Chili kjúklingur í kókosmjólk

HRÁEFNI:
- 1 pund bein- og roðlaus kjúklingur, skorinn í teninga
- 1 msk rauð chili sambal
- 3 matskeiðar ghee
- ½ tsk sinnepsfræ
- 8 fersk karrýblöð
- 2 tsk engifer-hvítlauksmauk
- 2 litlir tómatar, saxaðir
- ½ tsk túrmerikduft
- Borðsalt, eftir smekk
- Vatn, eftir þörfum
- Kókosmjólk, til skrauts

LEIÐBEININGAR:
41. Blandið kjúklingnum og sambal saman í skál. Setjið til hliðar í 15 mínútur.
42. Hitið ghee á meðalstórri pönnu. Bætið sinnepsfræjunum út í; þegar þeir byrja að sprauta, bætið þá karrýlaufunum, engifermaukinu og tómötunum út í.
43. Látið malla í um 8 mínútur og bætið svo túrmerikinu og salti út í og hrærið vel. Bætið um 1 bolla af vatni út í og eldið, án loks, í 10 mínútur.
44. Bætið kjúklingnum út í (ásamt öllu rauða chili sambalinu) og eldið við meðalhita þar til kjúklingurinn er eldaður í gegn, um 5 mínútur.
45. Skreytið með kókosmjólkinni og berið fram heitt.

41. Einpotta Turkey Chili Mac

HRÁEFNI:

- 1 matskeið kókosolía
- 1 pund malaður kalkúnn
- ½ tsk kosher salt
- ¼ bolli laukur, skorinn í bita
- 2 sellerístilkar, skornir í teninga
- ½ bolli paprika, skorin í teninga
- 4 bollar kjúklingabeinasoð (2 öskjur)
- 1 (16-oz) krukka meðalþykk og þykk salsa
- 1 (15-16 oz) dós með minni natríum rauðum nýrnabaunum, tæmd
- 1 (1,25-oz) pakki chili kryddblanda
- 8 aura olnboga makkarónur
- 2 aura cheddar ostur, skorinn í teninga
- 1 (8-oz) dós tómatsósa án salti
- Steinseljublöð til skrauts

LEIÐBEININGAR:

d) Hitið olíu í stórum potti yfir miðlungs hátt. Setjið malaðan kalkún á pönnuna og kryddið með salti. Eldið 3-4 mínútur með því að nota spaðann til að mylja kjötið.

e) Hrærið lauk, sellerí og papriku út í, eldið í 2 mínútur í viðbót þar til kalkúninn er eldaður í gegn. Bætið við seyði, salsa, baunum og kryddblöndunni. Látið suðuna koma upp.

f) Hrærið pasta í; eldið í 8 mínútur, hrærið af og til. Skerið ostinn í litla teninga á meðan. Hrærið tómatsósu út í og eldið í 1 mínútu í viðbót. Berið chili fram með osti og steinselju.

42. Pasta og Fagioli með einum potti

HRÁEFNI:
- 1 matskeið extra virgin ólífuolía
- 1 pund magurt nautahakk
- Salt eftir smekk
- 1 tsk þurrkað oregano
- 1 meðalstór laukur, skorinn í bita
- 1 bolli gulrætur, skornar í teninga
- 2 sellerístilkar, skornir í sneiðar
- 1 stór tómatur, skorinn í teninga
- 1 (15 aura) dós rauðar nýrnabaunir, skolaðar og tæmdar
- 2 bollar nautabeinsoð
- 2 bollar spaghettísósa
- 8 aura pastaskeljar
- 1-2 tsk heit sósa, valfrjálst
- ¼ bolli saxuð fersk steinselja
- Nýmalaður svartur pipar
- ½ bolli rifinn eða nýrifinn parmesanostur

LEIÐBEININGAR:
- Hitið ólífuolíu yfir meðalhita í stórum potti. Bætið nautahakkinu út í og brjótið það upp með spaða. Eldið þar til nautakjötið byrjar að brúnast. Á meðan er kryddið með salti og oregano.
- Bætið lauk, gulrótum, sellerí og tómötum í pottinn. Blandið vel saman og eldið í um 10 mínútur, hrærið af og til.
- Bætið við baunum, nautasoði, spaghettísósu og síðan pastaskeljum; dreypið heitri sósu í pottinn ef þú notar; hrærið og blandið vel saman. Látið suðuna koma upp og látið malla í 15-20 mínútur við meðalhita, eða þar til pastað er orðið meyrt.
- Bætið nýmöluðum svörtum pipar út í eftir smekk og hrærið steinselju saman við, toppið síðan með parmesanosti. Diskur, skreytið með meiri steinselju eða osti. Njóttu!

43. <u>Szechuan nautakjötsnúðlusúpa</u>

HRÁEFNI:
- 1 pund nautakjöt
- ¼ bolli spicy chili baunasósa
- 4 aura vatnakarsi
- 2 matskeiðar púðursykur
- 12-15 shiitake sveppir
- 5 matskeiðar ólífuolía, skipt
- 4 egg, mjúk soðin
- 3 stjörnu anís
- 8 aura kínverskar núðlur, eða ramen, eða udon
- 2 tsk fimm kryddduft
- 1 tommu klumpur engifer, sneið
- 2 matskeiðar sojasósa
- 4 hvítlauksrif, mulin og skorin í gróft sneiðar
- 1 stilkur grænn laukur, saxaður til skrauts
- 5 bollar nautabeinsoð
- sesam olía
- 1 matskeið rauðvín
- Salt og pipar

LEIÐBEININGAR:

a) Setjið nautakjöt í meðalstórri skál; bæta við rauðvíni og smá salti og pipar; hrærið vel.

b) Í stórum potti, hita upp 2 matskeiðar ólífuolíu yfir miðlungs háum hita; bætið krydduðu nautakjöti við, hrærið þar til nautakjötið er farið að brúnast að utan (um það bil 5 mínútur).

c) Bætið 5 bollum af nautabeinasoði í pottinn. Færið hitann í háan og látið suðuna koma upp og látið malla.

d) Á meðan kjötið er að malla skaltu hita 3 matskeiðar ólífuolíu yfir meðalháan hita á lítilli pönnu (um það bil 2 mínútur).

e) Bætið við sykri og steikið þar til hann fer að brúnast; bætið nú við stjörnuanís, fimm kryddduftí, engifer og hvítlauk; hrærið í um það bil 10 sekúndur; bætið fljótt chili baunasósu út í. Hrærið vel og eldið á lágum hita í um það bil 1 mínútu.

f) Flyttu chili bauna sósublönduna yfir í stóra pottinn; bætið sojasósu við og látið malla í 25 mínútur.

g) Í millitíðinni skaltu sjóða egg. (Láttu suðuna koma upp 4 bolla af vatni í litlum potti, bætið varlega við eggjum og látið sjóða í 4 ½mínútu fyrir mjúk egg eða 5 mínútur fyrir harðsoðin egg. Tæmið og látið eggin liggja í köldu vatni í 5 mínútur áður en flögnun.)
h) Eftir 25 mínútur af krauma skaltu bæta núðlum og sveppum í pottinn; látið suðuna koma upp. Þegar nauta núðlusúpan er að sjóða, bætið þá karsa við og slökkvið strax á hitanum. Hrærið þar til grænmetið fer að visna.
i) Til að bera fram, skiptið núðlusoðissúpunni í 4 skálar jafnt; dreypið sesamolíu yfir. Setjið eitt mjúkt egg í hverja skál; stráið söxuðum grænum lauk yfir. Njóttu!

44. Karabísk kjúklinga-grænmetissoðsúpa

HRÁEFNI:
- 1 bolli Saxaður laukur
- ½ bolli saxað sellerí
- ½ bolli Rauð og græn paprika, skorin í teninga
- ½ tsk Þurrkað timjan
- 1 bolli Vatn
- 2 lárviðarlauf
- 1 tsk Chili duft
- ½ tsk karrýduft
- ¼ tsk Malað pipar
- 4½ bollar Natríumsnautt kjúklingasoð, fitulaust
- ⅛ teskeið Nýmalaður svartur pipar
- 1¼ pund Roðlausir kjúklingabringur helmingar, með bein
- ¼ bolli hvít hrísgrjón, þurr mál
- 14½ aura svartar baunir, soðnar, skolaðar og tæmdar

LEIÐBEININGAR:
a) Sameina olíu, sellerí, rauða eða græna papriku og lauk í stórum potti.
b) Eldið grænmetið í 5 mínútur á meðan hrært er oft við háan hita.
c) Bætið vatni, lárviðarlaufum, chilidufti, karrýdufti, timjani, kryddjurtum og svörtum pipar út í á meðan soðið er hrært saman við.
d) Látið suðuna koma upp eftir að kjúklingnum er bætt út í.
e) Látið malla í 25 mínútur, eða þar til kjúklingurinn er vel eldaður. Hrærið reglulega í.
f) Þegar kjúklingurinn er orðinn nógu kaldur til að hægt sé að höndla hann skaltu setja hann til hliðar.
g) Skerið kjúklinginn í hæfilega stóra bita eftir að beinin hafa verið fjarlægð.
h) Bætið baununum og hrísgrjónunum í pottinn.
i) Eldið í 15 mínútur, eða þar til hrísgrjónin eru aðeins mjúk.
j) Setjið kjúklinginn aftur í pottinn og látið malla í 5 mínútur.
k) Fargið lárviðarlaufunum.
l) Berið fram toppað með fitulausri jógúrt og saxaðri rauðri papriku.

45. Skinku- og baunasoðsúpa

HRÁEFNI:

- 1 bolli þurrkaðar svartar sojabaunir, lagðar í bleyti yfir nótt og tæmd
- 1 bolli laukur, skorinn í teninga
- 1 bolli Sellerístilkar, skornir í teninga
- 4 hvítlauksgeirar, saxaðir
- 1 tsk Þurrkað Oregano
- 1 tsk Salt
- 1 tsk Cajun krydd
- 1 tsk Liquid Smoke
- 2 tsk All Purpose Krydd
- 1 tsk Louisiana heit sósa
- 2 skinkuhögglar
- 2 bollar Skinka, í teningum
- 2 bollar Vatn

LEIÐBEININGAR:

a) Setjið allt hráefnið í Instant Pot og hrærið til að blanda saman.
b) Settu og læstu lokinu og stilltu eldunartímann handvirkt á 30 mínútur við háan þrýsting.
c) Þegar því er lokið, láttu þrýstinginn losa náttúrulega í 10 mínútur og slepptu honum svo fljótt.
d) Fjarlægðu kjötið af beinum og rífðu allt kjöt í sundur og fargaðu beinum.
e) Hrærið til að blanda saman og berið fram heitt.

46. Baun og spergilkál Chilli

Gerir: 2

HRÁEFNI:
- 1 búnt af spínati
- Himalayasalt og nýmalaður svartur pipar
- 2 matskeiðar tómatpuré
- 1 laukur, saxaður
- 1 hvítlauksgeiri, pressaður
- 1 rautt chili, þunnt sneið
- ½ tsk malað kúmen
- ½ tsk malað kóríander
- 1 spergilkál, smátt saxað
- 1 dós saxaðir tómatar
- Limebátar, til að bera fram
- ½ gerlaus grænmetiskraftsteningur
- Dash Liquid Aminos
- 200 g dós rauðar nýrnabaunir, tæmd

LEIÐBEININGAR:
a) Hitið soðið og látið laukinn og hvítlaukinn gufa.
b) Bætið soðsteningnum, tómötunum, tómatmaukinu, chili, kúmeni, kóríander, Aminos sósu, salti og pipar út í.
c) Látið malla í um 20 mínútur.
d) Blandið nýrnabaununum og ferskum kóríander saman í blöndunarskál og eldið í 9 mínútur í viðbót.
e) Toppið með hráu spergilkáli og spínati.

47. Chilighetti

Gerir: 6–8 skammta

Hráefni:
- 1 pund nautahakk, brúnað og tæmt
- 1 pakki (8 aura) spaghetti, soðið og tæmt
- ½ bolli saxaður laukur
- 1 bolli sýrður rjómi
- 2 dósir (8 aura hver) tómatsósa
- 4 aura dós sneiddir sveppir
- 2 dósir (16 aura hvor) chili, hvaða tegund sem er
- 1 hvítlauksgeiri, saxaður
- 2 bollar rifinn cheddar ostur

LEIÐBEININGAR:
a) Hitið ofninn í 350 gráður.
b) Blandið öllu hráefninu nema osti saman í stóra skál.
c) Flyttu blönduna yfir í smurða 9x13 tommu pönnu. Toppið með osti.
d) Bakið í 20 mínútur.

48. Mangó og baunir morgunmatur Burrito skál

Skammtar: 4

HRÁEFNI
- 1 lota af grænum hrísgrjónum
- 1 (15 aura) dós af svörtum baunum, skoluð og tæmd
- 2 miðlungs til stór þroskuð mangó, skorin í teninga
- 1 avókadó, skorið í teninga eða sneið
- 1 rauð paprika, skorin í teninga
- 1 bolli maís, grillaður, hrár eða steiktur
- ½ bolli kóríander í teningum
- ¼ bolli niðurskorinn rauðlaukur
- 1 jalapeño, skorinn í sneiðar
- Valfrjáls umbúðir:
- Jalapeño cilantro mangó
- Cilantro lime
- Jalapeño kasjúhnetusósa

LEIÐBEININGAR
a) Eldaðu fyrst hrísgrjónin þín samkvæmt leiðbeiningunum í uppskriftinni. Á meðan hrísgrjónin þín eldast geturðu saxað allt grænmetið og ávextina fyrir skálarnar.
b) Þegar þú ert búinn skaltu skipta hrísgrjónunum á milli fjögurra skála, skiptu síðan svörtum baunum, mangó, avókadó, rauðri papriku, maís, kóríander, rauðlauk og jalapeño sneiðum jafnt á milli skálanna.
c) Berið fram með limebátum.

49. Langkorna hrísgrjón og pinto baunir

Skammtar: 4

HRÁEFNI
- 50ml/2fl oz jurtaolía
- 1 laukur, smátt saxaður
- 300ml/10½ oz. langkorna hrísgrjón
- 400ml/14½ oz. vatn
- 400ml/14½ oz. kókosmjólk
- 400 g/14¼oz pinto baunir úr tini, skolaðar og tæmdar
- 3 matskeiðar ferskt timjan
- salt og nýmalaður svartur pipar
- ferskt kóríander, til að skreyta

LEIÐBEININGAR
a) Hitið olíuna á pönnu og steikið laukinn þar til hann verður gegnsær.
b) Bætið hrísgrjónunum út í, hrærið vel og bætið vatni og kókosmjólk út í. Látið suðuna koma upp.
c) Bætið pinto baununum og timjaninu út í, látið malla og lokið í um 20 mínútur þar til hrísgrjónin eru soðin. Kryddið með salti og nýmöluðum svörtum pipar.
d) Berið fram skreytt með kóríander.

50. Lime kjúklingur með eggjasteiktum langkorna hrísgrjónum

Skammtar: 2

Hráefni
Fyrir Kjúklinginn
2 roðlausar kjúklingabringur
2 matskeiðar sesamolía
2 tsk jurtaolía
2 matskeiðar sojasósa
2 hvítlauksgeirar, smátt saxaðir
½ sítróna, rifinn börkur og safi
salt og nýmalaður svartur pipar
1 matskeið glært hunang
Fyrir The Rice
2 matskeiðar jarðhnetuolía
2-3 tsk sesamolía
2 egg úr lausagöngu, létt þeytt
skvetta sojasósu
2 vorlaukar, smátt saxaðir
50g/2oz pinto baunir, soðnar
150g/5oz langkorna hrísgrjón, soðin
salt og nýmalaður svartur pipar
3-4 matskeiðar saxað kóríander
limebátar, til að bera fram
Leiðbeiningar
Til að fiðrilda leggja kjúklingabringurnar þær á borð og nota beittan hníf til að skera niður samsíða skurðborðinu þrjá fjórðu af leiðinni í gegnum hverja bringu.
Opnaðu hverja kjúklingabringu svo þú hafir tvær stórar, þynnri kjúklingabringur.
Settu þau í skál með einni matskeið af sesamolíu, jurtaolíunni, sojasósu, hvítlauk, sítrónuberki og safa.
Kryddið með salti og nýmöluðum svörtum pipar og blandið saman.
Blandið hunanginu saman við sesamolíuna sem eftir er í sérstakri skál.
Hitið pönnu við meðalháan hita þar til reykt er, leggið þá kjúklinginn á pönnu og steikið í 2-3 mínútur á hvorri hlið, penslið hann einu sinni eða tvisvar með hunangs- og sesamblöndunni.
Þegar það er búið á kjúklingurinn að vera kolgrillaður að utan og alveg eldaður í gegn. Látið hvíla í 2-3 mínútur.

Á meðan, fyrir hrísgrjónin, hitið wok við háan hita og bætið síðan við jarðhnetunni og einni teskeið af sesamolíu. Þegar olían byrjar að ljóma bætið við eggjunum og eldið, hrærið allan tímann, í 1-2 mínútur eða þar til þau eru hrærð.

Ýttu eggjunum á hliðina á pönnunni og bættu við smá sesamolíu, sojasósunni, vorlauknum og pinto baunum og eldaðu í eina mínútu, bættu svo hrísgrjónunum við og kryddaðu með salti og nýmöluðum svörtum pipar.

Eldið, hrærið stöðugt í, í 3-4 mínútur, eða þar til það er orðið heitt. Hrærið í gegnum kóríander.

Til að bera fram, helltu hrísgrjónunum á diska. Skerið kjúklinginn á ská í þunnar strimla og leggið ofan á hrísgrjónin. Toppið með limebát.

51. Langkornið Rice Hoppin' John

Skammtar: 4

Hráefni
2 matskeiðar jurtaolía
300g/10½oz soðið og rifið beikon
1 græn paprika, smátt skorin
1 rauð paprika, smátt skorin
1 rauðlaukur, smátt saxaður
3 sellerístangir, smátt saxaðir
4 hvítlauksrif, mulin
1 tsk þurrkaðar chiliflögur
2 lárviðarlauf
1 lítri/1¾ pint af kjúklinga- eða grænmetiskrafti
400g/14oz tin pinto baunir, tæmdar og skolaðar
225g/8oz langkorna hrísgrjón
2 matskeiðar kreóla eða alhliða krydd
salt og nýmalaður svartur pipar
Að þjóna
handfylli af flatlaufum steinseljulaufum, smátt saxað
búnt vorlauk, smátt saxað

Leiðbeiningar
Hitið olíuna á stórri pönnu við meðalhita.
Bætið beikoni á pönnuna og steikið þar til það er stökkt. Takið af með sleif og hellið af á eldhúspappír.
Bætið lauknum, paprikunni, selleríinu, hvítlauknum, chiliflögunum, lárviðarlaufunum, kreólakryddinu, salti og pipar á pönnuna og steikið á lágum til meðalhita þar til það er mjúkt.
Hellið soðinu út í og látið suðuna koma upp.
Bætið hrísgrjónum, baunum og beikoni út í og hrærið vel. Lokið og látið malla í 20 mínútur, eða þar til hrísgrjónin eru mjúk og mestur vökvinn hefur verið frásogaður.
Skiptið á milli framreiðsluskála, stráið steinselju og vorlauk yfir og berið fram.

52. Pinto baunir og hrísgrjón innblásnar af Mexíkó

Skammtar: 8

Hráefni
1 msk kjúklingabringa (snatríumskert)
3 matskeiðar tómatmauk
1 tsk möluð kóríanderfræ
1 tsk salt
½ tsk hvítlauksduft
¼ tsk pipar
3½ bollar vatn
2 bollar langkorna hvít hrísgrjón, skoluð með netsíi
1 rauð paprika, útskorin, fræhreinsuð og skorin í teninga
¼ bolli smátt saxaður rauðlaukur
1 jalapeño, stilkaður, fræhreinsaður og smátt skorinn
2 matskeiðar fínt saxað kóríander
1 dós (15 aura) pinto baunir, tæmd og skoluð

Leiðbeiningar

Bætið kjúklingabotni, tómatmauki, kóríander, salti, hvítlauksdufti og pipar í pott; þeyta til að sameina.

Hrærið vatni smám saman út í, bætið hrísgrjónum saman við og hrærið til að blanda saman. Setjið pott yfir meðalháan hita og látið suðuna koma upp, hrærið af og til.

Lækkið hitann í miðlungs lágt, hyljið. Haltu áfram að elda þar til vökvinn hefur verið frásogaður, hrærið af og til, um 12-15 mínútur. Takið af hitanum og látið standa undir loki í nokkrar mínútur.

Setjið hrísgrjón í stóra skál og bætið papriku, lauk, jalapeño og kóríander saman við; hrærið til að blanda saman.

Hrærið baunum varlega saman við og berið fram.

53. Pinto baunir og hrísgrjón með kóríander

Skammtar 6

Hráefni
Fyrir hrísgrjónin:
1 bolli langkorna hvít hrísgrjón
1 matskeið ólífuolía
8 oz dós af tómatsósu
1 rauð paprika kjarnhreinsuð, fræhreinsuð og skorin í fjórða
1 1/2 bollar kjúklingakraftur eða grænmetissoð
3/4 tsk kosher salt
1 tsk hvítlauksduft
1/4 tsk chili duft
1/4 tsk kúmen
1/2 bolli niðurskornir tómatar
2 matskeiðar saxað kóríander til skreytingar valfrjálst
Fyrir baunirnar:
15 aura dós af pinto baunum tæmd og skoluð
1/2 bolli kjúklingakraftur eða grænmetissoð
1 matskeið tómatmauk
3/4 tsk salt
3/4 tsk chili duft
1/2 bolli pico de gallo til að skreyta valfrjálst
Leiðbeiningar
Fyrir hrísgrjónin:
Hitið ólífuolíuna í 2 lítra potti yfir miðlungshita. Bætið hrísgrjónunum út í og hrærið þar til hrísgrjónin eru húðuð í olíunni. Eldið í um 5 mínútur eða þar til hrísgrjónin eru ristuð og ljósbrúnt.
Bætið við öllu því sem eftir er af hráefninu.
Setjið pottinn aftur í brennarann og látið suðuna koma upp.
Lokið pottinum og stillið hitann í lágmark; elda í 17 mínútur.
Takið pottinn af hitanum og látið standa, þakinn í 5 mínútur.
Fjarlægðu og fargaðu papriku. Hrærið vel saman. Skreytið með tómötum og grænum lauk ef vill.
Fyrir baunirnar:
Setjið allt hráefnið á pönnu við meðalháan hita og látið suðuna koma upp. Eldið í 7-10 mínútur þar til sósan hefur þyknað.
Smakkið til og bætið við meira salti eða chilidufti ef þarf. Þú getur líka bætt aðeins meira af kjúklingakrafti ef sósan verður of þykk fyrir þig. Skreytið með pico de gallo ef vill.

54. Spænskar Pinto baunir og hrísgrjón

Skammtar 2

Hráefni
FYRIR hrísgrjónin
2 bollar grænmetissoð 475 ml
1 bolli langkorna hrísgrjón 190 grömm
1/4 tsk saffranþræðir ,17 grömm
klípa sjávarsalt
þjóta svartur pipar
FYRIR BAUNINAR
2 matskeiðar extra virgin ólífuolía 30 ml
1 lítill laukur
4 hvítlauksrif
1 gulrót
1 græn paprika
1 tsk sæt reykt spænsk paprika 2,30 grömm
1/2 tsk malað kúmen 1,25 grömm
2 1/2 bollar niðursoðnar pinto baunir 400 grömm
1 bolli grænmetiskraftur 240 ml
klípa sjávarsalt
þjóta svartur pipar
handfylli af fínt saxaðri ferskri steinselju
Leiðbeiningar
Bætið 2 bollum grænmetissoði í pott, klípið í 1/4 tsk saffranþráða og kryddið með sjávarsalti og nýbrotnum svörtum pipar, hitið við háan hita
Á meðan, bætið 1 bolla af langkornum hrísgrjónum í sigti og skolið undir köldu rennandi vatni, þar til vatnið rennur tært undir sigtinu Þegar soðið er komið að suðu, bætið hrísgrjónunum út í pönnuna, blandið þeim saman og setjið lok á pönnuna, lækkið niður í vægan- miðlungshita og látið malla þar til hrísgrjónin eru soðin.
Á meðan skaltu hita stóra steikarpönnu með miðlungs hita og bæta við 2 msk extra virgin ólífuolíu, eftir 2 mínútur bætið við 1 litlum fínt skornum lauk, 1 grænni papriku smátt skorinni, 1 gulrót (afhýdd) smátt skorin og 4 hvítlauksgeirum gróft. hakkað, blandið grænmetinu stöðugt saman við ólífuolíuna
Eftir 4 mínútur og grænmetið er léttsteikt, bætið við 1 tsk sætri reyktri spænskri papriku og 1/2 tsk möluðu kúmeni, blandið fljótt saman, bætið síðan út í 2 1/2 bolla niðursoðnar pinto baunir (tæmdar og skolaðar) og kryddið með sjávarsalti & svartur pipar,

blandið varlega þar til það hefur blandast vel saman, bætið síðan 1 bolli grænmetissoði út í og látið malla við meðalhita

Þegar hrísgrjónin eru soðin í gegn (15 mínútur í mínu tilfelli), taktu hrísgrjónin af hitanum, láttu þau sitja í 3 til 4 mínútur með lokið á, taktu síðan lokið af og flettu hrísgrjónunum upp með gaffli, færðu hrísgrjónin yfir. í framreiðslurétti

Gríptu malandi baunirnar (það ætti enn að vera smá seyði eftir) og bætið þeim í framreiðsluréttinn við hliðina á hrísgrjónunum, stráið nýsaxaðri steinselju yfir og njótið!

55.Einpotta hrísgrjón og baunir

Skammtar: 4 skammtar

Hráefni
2 matskeiðar ólífuolía
1 gulur laukur, saxaður (um 1 ¼ bollar)
1 ¾ bollar kjúklinga- eða grænmetiskraftur eða vatn
1 tsk salt
1 bolli langkorna hrísgrjón
1 (15,5 aura) dós af svörtum eða pinto baunum
Limebátar eða kóríanderlauf, til skrauts (valfrjálst)
LEIÐBEININGAR
Hitið ólífuolíuna yfir meðalhita í stórum potti eða hollenskum ofni með þéttloku loki. Bætið lauknum út í og steikið þar til hann er hálfgagnsær, um það bil 3 mínútur. Bætið soðinu út í, lokið og látið suðuna koma upp.
Bætið salti, hrísgrjónum og baunum út í (þar á meðal vökvanum). Hrærið bara til að blanda saman, hyljið síðan.
Lækkið hitann eins lágt og hann getur farið, látið malla, ótruflaður, í 18 til 20 mínútur. Takið af hitanum og látið sitja í 4 mínútur, þá létt með gaffli.
Kryddið eftir smekk með salti og pipar, skreytið síðan með lime eða kóríander eins og þið viljið.

56.Southern Pinto baunir og hrísgrjón

Skammtar: 6 bollar

Hráefni
- 1 pund þurrkaðar pinto baunir
- 8 bollar vatn eða seyði
- 2 matskeiðar salt, til að liggja í bleyti yfir nótt; borðsalt
- 2 matskeiðar laukduft eða 1 bolli ferskur, hægeldaður laukur
- 2 matskeiðar hvítlauksduft
- 2 bollar hrísgrjón, brún eða hvít hrísgrjón, soðin
- 1 reyktur hangikjöt
- salt og pipar eftir smekk

Leiðbeiningar
a) Settu baunir í stóran hollenskan ofn með lauk og hvítlauksdufti, vökva og próteini (valfrjálst).
b) Eldið við lágan hita, án loks, í 3-4 klukkustundir eða þar til mjúkt; athugaðu vökvastig oft; bæta við meira ef þörf krefur; þegar það er mjúkt skaltu smakka eftir kryddi og stilla í samræmi við það
c) 1 pund þurrkaðar pinto baunir, 8 bollar vatn eða seyði, 2 matskeiðar laukduft, 2 matskeiðar hvítlauksduft, 1 reyktur skinku

57.Pinto baunir og hrísgrjón og pylsa

Skammtar: 6 skammtar

HRÁEFNI
- 1 pund þurrkaðar pinto baunir
- 6 bollar vatn
- 1 hangikjöt, eða kjötmikið afgangs skinkubein
- 1 meðalstór laukur, saxaður
- 3 hvítlauksgeirar, saxaðir
- 1 1/2 tsk salt
- 1 pund andouille reykt pylsa, eða álíka reykt pylsa, í sneiðar
- 1 (14 1/2 únsa) dós af tómötum, í teningum
- 1 (4 aura) dós af mildri grænni chile papriku, eða blöndu af mildri og jalapeno, í teningum
- 1/2 tsk rauðar piparflögur, muldar, valfrjálst
- 4 bollar soðin hvít hrísgrjón, langkornuð eða fljótleg grjón, heit soðin

LEIÐBEININGAR

a) Kvöldið áður settu pinto baunirnar í stóra skál eða pott og hyldu með vatni að um það bil 3 tommu dýpi fyrir ofan baunirnar. Látið þær standa í 8 tíma eða yfir nótt. Tæmið vel.

b) Blandaðu bleytu og tæmdu baununum saman við vatn, skinkuhögg, lauk og hvítlauk í stórum potti eða hollenskum ofni við háan hita; látið suðuna koma upp. Lokaðu og minnkaðu hitann í miðlungs; eldið baunirnar í 45 mínútur, eða þar til baunirnar eru mjúkar.*

c) Bætið við salti, sneiðum pylsum, tómötum, mildum chile-pipar og muldum rauðum piparflögum, ef þess er óskað. Lokið, lækkið hitann í lágan og látið malla í 1 klukkustund, hrærið af og til.

d) Fjarlægðu hangikjötið og taktu kjötið af beininu. Rífið skinkuna niður með gaffli eða saxið. Setjið skinkuna aftur í baunablönduna.

e) Berið pinto baunirnar fram yfir heitum soðnum hrísgrjónum.

58. Gallopinto

Skammtar: 8 skammtar

Hráefni
FYRIR BAUNINAR
- 1 (16 aura) poki þurrkaðar Pinto baunir
- Salt
- 7 hvítlauksrif, afhýdd

FYRIR hrísgrjónin
- 1/4 bolli jurtaolía, skipt
- 1 meðalgulur laukur, smátt saxaður (um 1 bolli), skipt
- 1 1/2 bollar langkorna hvít hrísgrjón
- 3 bollar vatn eða natríumsnautt kjúklingasoð
- 1/2 græn paprika, kjarnhreinsuð og fræhreinsuð

LEIÐBEININGAR
FYRIR BAUNARNA:
a) Dreifið baunum út á bökunarplötu. Taktu út rusl og brotnar baunir. Settu baunir yfir í sigti og skolaðu undir köldu rennandi vatni. Settu skolaðar baunir í stóran pott og hyldu með köldu vatni; látið liggja í bleyti í 30 mínútur.
b) Látið suðuna koma upp við háan hita. Lækkið hitann í miðlungs og látið baunir malla í 30 mínútur. Slökktu á hitanum, hyldu baunirnar og láttu hvíla í 1 klukkustund. Látið baunir aftur sjóða við háan hita. Bætið 2 tsk salti og hvítlauk út í, minnkið hitann í miðlungs og látið malla þar til baunirnar eru mjúkar í 30 til 60 mínútur.

FYRIR hrísgrjónin:
c) Hitið 2 msk olíu í stórum þykkbotna potti yfir miðlungshita þar til hún ljómar. Bætið 2/3 af lauknum út í og eldið, hrærið, þar til hann er mjúkur og hálfgagnsær, um það bil 5 mínútur.
d) Bætið við hrísgrjónum og eldið, hrærið, þar til kornin eru glansandi og jafnhúðuð með olíu, 2 til 3 mínútur. Bætið við vatni eða seyði og 1 1/2 tsk salti, hækkið hitann í háan og látið suðuna koma upp. Setjið papriku ofan á hrísgrjón.
e) Sjóðið hrísgrjón án þess að hræra þar til mest af vökvanum hefur gufað upp og sjá má litlar loftbólur springa á yfirborði hrísgrjónanna. Lækkið hitann strax í lægstu stillingu, setjið lok á og eldið (ekki hræra, ekki taka lokið af) í 15 mínútur. Fjarlægðu og fargaðu papriku. Fleygðu hrísgrjónum með prjónum eða gaffli, láttu síðan kólna og kældu í 1 dag.

FYRIR GALLOPINTO:

f) Hitið hinar 2 msk af olíu sem eftir eru í stórum potti yfir miðlungs háan hita þar til ljómar. Bætið afgangnum af lauknum út í og eldið, hrærið, þar til hann er mjúkur og hálfgagnsær, um það bil 5 mínútur.

g) Bætið hrísgrjónum og 2 bollum af baunum á pönnu og eldið, hrærið, þar til hrísgrjón eru jafnhúðuð. Haltu áfram að elda, hrærið, til að leyfa bragði að blandast saman og blandan að verða örlítið stökk, um það bil 10 mínútur. Lokið og eldið við lágan hita í 10 mínútur til viðbótar.

59. Baunasósa & tómatar yfir hrísgrjónum

Skammtar: 6 skammtar

Hráefni
1 bolli pinto baunir, lagðar í bleyti
2 Serrano chili, fræhreinsaðir og saxaðir
½ matskeið engifer, rifið
1 hvert lárviðarlauf
¼ tsk túrmerik
4 bollar Vatn
1⅓ bolli Stock
¼ bolli Cilantro
Salt & pipar
2 matskeiðar pekanhnetur, saxaðar og ristaðar
2 matskeiðar Ólífuolía
4 tómatar, skornir í bita
1 tsk Chili duft
1 matskeið fersk marjoram
1 tsk hlynsíróp
5 bollar Vatn
1½ bolli langkorna hrísgrjón
2 gulrætur, rifnar
1 hver 3" kanilstöng
½ matskeið ólífuolía

Leiðbeiningar
Eldið baunir í 1½ til 2 klukkustundir þar til baunirnar eru mjúkar. Fargaðu lárviðarlaufi og

SÓSA:
Blandið tæmdum baunum, chili, engifer, lárviðarlaufi, túrmerik og vatni saman í stórum potti.
Látið suðuna koma upp, lækkið hitann, setjið lok á og eldið.
Setjið baunir, soð og kóríander í matvinnsluvél og blandið saman í þykka sósu. Kryddið, bætið pekanhnetum út í og hitið aðeins aftur.

TÓMATAR:
Blandið saman tómötum, chilidufti, marjoram og sírópi á pönnu. Kryddið með salti og pipar og steikið við vægan hita þar til tómaturinn byrjar að karamellisera, um það bil 10 mínútur. Haltu hita á lágum hita.

RÍS:
Sjóðið vatn og hrærið hrísgrjónum, gulrótum og kanil saman við. Eldið þar til hrísgrjónin eru mjúk, 10 til 12 mínútur ef notuð eru hvít hrísgrjón. Tæmið og fargið kanil og skolið stuttlega undir rennandi vatni.
Farið aftur á pönnuna og blandið með olíu.
Til að bera fram, hellið hrísgrjónum á heita diska, toppið með baunasósu og stráið tómötum yfir.

60. Cajun pinto baunir

Skammtar: 8

Hráefni
1 hver Lítill poki af pinto baunum, þveginn og tíndur í gegn
¼ bolli hveiti
¼ bolli beikonfeiti
1 stór laukur, saxaður
6 hvítlauksgeirar, saxaðir
½ bolli Sellerí, saxað
1 hvert lárviðarlauf
¼ bolli Chili duft
2 matskeiðar malað kúmen
1 dós tómatar með chili
Salt eftir smekk
2 pund skinkuhögg eða salt svínakjöt VALFRÆTT
Hakkað kóríander
2 bollar langkorna hrísgrjón, soðin

Leiðbeiningar
Tíndu í gegnum pinto baunir og þvoðu. Leggið 1 lítinn poka af pinto baunum í bleyti yfir nótt í köldu vatni og 1 matskeið af matarsóda. Skolið baunir og eldið í 1 klst. Skiptið um vatnið og bætið aftur við 1 matskeið af matarsóda. Eldið í aðra eða tvo klukkutíma og skiptið um vatnið í síðasta sinn, bætið matarsóda út í og eldið þar til það er tilbúið.
Steikið ¼ bolli af hveiti og ¼ bolli beikonfeiti í dökka roux (litur kakós). Bætið við og hrærið eftirfarandi þar til það er visnað: 1 stór saxaður laukur, 5 eða 6 hvítlauksgeirar saxaðir, ½ bolli saxað sellerí, 1 lárviðarlauf og kóríander.
Bætið chilidufti, kúmeni og tómötum saman við chili og salti eftir smekk.
Má elda með hangikjöti eða salti svínakjöti.
Notkun þessa roux bætir sannarlega frábæru bragði við pinto baunir.
Berið fram með langkornum hrísgrjónum.

61. Hrísgrjón og baunir með osti

Skammtar: 5

HRÁEFNI
- 1⅓ bolli vatn
- 1 bolli rifnar gulrætur
- 1 tsk instant kjúklingabaunir
- ¼ tsk Salt
- 15 aura Can Pinto baunir, tæmd
- 8 aura Plain lo-feit jógúrt
- ½ bolli rifinn fituskertur Cheddar ostur
- ⅔ bolli langkorna hrísgrjón
- ½ bolli niðurskorinn grænn laukur
- ½ tsk malað kóríander
- 1 tsk heit piparsósa
- 1 bolli fituskertur kotasæla
- 1 msk niðurskorin fersk steinselja

LEIÐBEININGAR
a) Í stórum potti blandið saman vatni, hrísgrjónum, gulrótum, grænum lauk, bouillonkornum, kóríander, salti og heitri piparsósu á flöskum.
b) Látið suðu koma upp; draga úr hita. Lokið og látið malla í 15 mínútur eða þar til hrísgrjónin eru mjúk og vatnið frásogast.
c) Hrærið pinto eða navy baunum, kotasælu, jógúrt og steinselju saman við.
d) Setjið með skeið í 10x6x2" eldfast mót.
e) Bakið, þakið, í 350 gráðu heitum ofni í 20-25 mínútur eða þar til það er hitað í gegn. Stráið cheddar osti yfir. Bakið, án loks, í 3-5 mínútur í viðbót eða þar til osturinn bráðnar.

62. Pinto baunir og saffran hrísgrjón

Skammtar: 4
Hráefni
Baunir
3 bollar þurrkaðar pinto baunir
1/2 stafur smjör
1/3 bolli smjörfeiti
1/2 bolli sofrito
1 stór laukur skorinn í bita
3 lítrar vatn
Hrísgrjón
1-1/2 bolli langkorna hrísgrjón
3 bollar kjúklingasoð
1/2 tsk saffranþræðir
1-1/2 tsk kosher salt
1/2 bolli vatn
1 matskeið smjör
Edik heit piparsósa

Leiðbeiningar
Þvoðu baunirnar og fjarlægðu alla aðskotahluti eins og steina og slæmar baunir.
Skerið laukinn í teninga.
Bætið lauknum, baunum, sofrito, vatni og smjöri út í.
Látið hitna í 4 mínútur og bætið smjörfeiti út í.
Lokið og látið sjóða í 15 mínútur, hrærið, lokið aftur og minnkið hitann um helming. Eldið þar til baunirnar eru mjúkar og bætið síðan við salti.
Bræðið smjörið og bætið hrísgrjónunum út í. Hrærið vel og bætið við saffraninu, seyði og vatni.
Sjóðið hrísgrjónin og hrærið af og til, en þegar vökvinn hefur frásogast lokið og takið það af hitanum, ekki truflað í 20 mínútur.
Berið fram með baununum yfir hrísgrjónunum. Bætið við ediki og heitri piparsósu.

63.Taco Krydd hrísgrjón með pinto baunum

Skammtar: 6 skammtar

Hráefni
2 bollar Vatn
8 aura af tómatsósu
1 pakki taco kryddblanda
1 bolli maís
½ bolli græn pipar - saxaður
½ tsk Oregano
⅛ teskeið Hvítlauksduft
1 bolli langkorna hrísgrjón
16 aura Pinto baunir, niðursoðnar
Leiðbeiningar
Blandið öllu hráefninu saman í meðalstóran pott, nema hrísgrjón og baunir.
Látið suðuna koma upp við meðalhita. Hrærið hrísgrjónum og baunum saman við.
Þegar blandan sýður aftur, hrærið, lækkið hitann í miðlungs lágan, lokið á og látið malla þar til mestur vökvinn hefur soðið upp, 45 mínútur til 1 klukkustund.
Takið af hitanum og setjið til hliðar þakið í 5 mínútur.
Blandið vel saman.

64. Indversk grasker hrísgrjón og baunir

Skammtar: 8

Hráefni
1 matskeið Canola olía
1 meðalstór gulur laukur; hakkað
2 hvítlauksrif; hakkað
2 bollar Grasker teningur
2 tsk karrýduft
½ tsk Svartur pipar
½ tsk Salt
¼ teskeið Malaður negull
1½ bolli langkorna hvít hrísgrjón
1 bolli Grófsaxað grænkál eða spínat
15 aura soðnar pinto baunir; tæmd og skoluð
Leiðbeiningar
Hitið olíuna í stórum potti yfir meðalhita.
Bætið lauknum og hvítlauknum út í og eldið, hrærið í, í 5 mínútur þar til laukurinn er hálfgagnsær. Hrærið graskerinu, karrýinu, piparnum, salti og negul saman við og eldið í 1 mínútu í viðbót.
Bætið 3 bollum af vatni og hrísgrjónum út í, setjið lok á og látið sjóða. Eldið við miðlungs lágan hita í um það bil 15 mínútur.
Hrærið grænkálinu og baununum saman við og eldið í um það bil 5 mínútur í viðbót.
Fluttu hrísgrjónunum og slökktu á hitanum. Látið standa í 10 til 15 mínútur áður en borið er fram.

65. Mexíkóskar kúrekabaunir

Skammtar: 6

HRÁEFNI
- ½ pund Pinto baunir, þurrkaðar
- 1 Laukur, hvítur, stór
- 3 hvítlauksgeirar, pressaðir
- 2 greinar Cilantro
- ¼ bolli grænmetiskraftur eða vatn
- 6 únsur. (3/4 bolli) chorizo
- 2 Serrano chiles, hakkað
- 1 tómatur, stór, skorinn í teninga

LEIÐBEININGAR
a) Leggið baunir í bleyti í vatni yfir nótt.
b) Daginn eftir skaltu sigta þau og setja í stóran pott. Hellið nægu vatni í pottinn til að fylla ¾ af leiðinni.
c) Skerið laukinn í tvennt. Setjið ½ laukinn, kóríandergreinarnar og 3 hvítlauksrif í pottinn með baununum. Geymið hinn helminginn af lauknum.
d) Látið vatn sjóða og látið baunir sjóða þar til þær eru næstum mjúkar, um það bil 1 ½ klukkustund.
e) Á meðan baunirnar eru að eldast hitið stóra suðupönnu að meðalháum hita. Bætið við kóríósó og steikið þar til það er aðeins brúnt, um 4 mínútur. Skerið hinn helminginn af lauknum í teninga á meðan chorizo er eldað.
f) Takið chorizo af pönnunni og setjið til hliðar. Bætið ¼ bolla af vatni, hægelduðum lauk og Serrano papriku í sautépönnuna. Svitið lauk og chili þar til mjúkt og hálfgagnsært í um 4 – 5 mínútur. Bætið tómötum út í og látið malla í 7-8 mínútur í viðbót eða þar til tómaturinn hefur brotnað niður og sleppt öllum safa.

g) Bætið þessari blöndu og chorizo í pottinn með baunum og látið malla í 20 mínútur í viðbót eða þar til baunir eru alveg mjúkar. Kryddið eftir smekk með salti og pipar.

h) Áður en borið er fram skaltu fjarlægja hálfan lauk, kóríanderkvist og hvítlauksrif úr baununum. Kryddið með salti og pipar

66. Karíbahafshátíð

HRÁEFNI
SKÍKJA JACKFRUIT
- 3 dósir Young Jack Fruit í saltvatni, tæmd og þurrkuð og síðan dregin í litla bita
- 1 msk Vita kókakókosolía
- 3 vorlaukar, fínt skornir
- 3 hvítlauksgeirar, saxaðir
- 1/2 Scotch Bonnet Chili (notaðu heilan 1 fyrir auka kryddaðan)
- Engifer á stærð við þumalfingur, hakkað
- 1 gulur pipar, fræhreinsaður og skorinn í teninga
- 1 bolli/200g svartar baunir, úr dós. Tæmd & skoluð.
- 1 msk All Spice
- 2 tsk malaður kanill
- 3 matskeiðar sojasósa
- 5 matskeiðar tómatpuré
- 4 matskeiðar kókossykur
- 1 bolli/240ml ananassafi
- Safi 1 lime
- 1 msk fersk timjanlauf
- 2 tsk sjávarsalt
- 1 tsk klikkaður svartur pipar

Hrísgrjón og ertur
- 1 dós nýrnabaunir, vökvi frátekinn
- 1 dós Kókosmjólk
- 3 matskeiðar Ferskt timjan
- Klípa sjávarsalt og svartan pipar
- 1 & 1/2 bollar/340 g langkorna hrísgrjón, skoluð
- Grænmetiskraftur, ef þarf.

STEIKIN PLANTÍNA
- 2 Veggbreið, afhýdd og skorin í cm diska
- 2 matskeiðar Vita Coca Kókosolía
- 2 matskeiðar kókossykur

- Klípa Salt & Pipar

MANGÓ SALAT
- 1/2 ferskt mangó, afhýtt og skorið í teninga
- 1 tsk ferskt chili, fínt saxað
- Handfylli af ferskum kóríander
- Safi úr hálfri lime
- Ferskt blandað salat

LEIÐBEININGAR

a) Settu fyrst stórt eldfast mót eða steikarpönnu yfir meðalhita. Bætið kókosolíu út í og síðan lauk, hvítlauk, engifer, chili og gulan pipar. Leyfðu blöndunni að mýkjast í 3 mínútur áður en kryddinu er bætt út í og eldað í 2 mínútur í viðbót. Bætið við smá kryddi.
b) Bætið jackfruit á pönnuna og hrærið vel, eldið blönduna í 3-4 mínútur.
c) Bætið næst kókossykrinum og svörtu baununum út í. Haltu áfram að hræra og bætið svo sojasósunni, tómatmaukinu og ananassafanum út í. Lækkið hitann og bætið límónusafanum út í ásamt smá söxuðum ferskum timjanlaufum.
d) Setjið lokið á og leyfið ávöxtunum að malla í um 12-15 mínútur.
e) Fyrir hrísgrjónin, bætið hráefninu í pott og setjið lokið á. setjið pönnuna yfir lágan hita og leyfið hrísgrjónunum að draga í sig allan vökvann þar til þau verða létt og loftkennd. þetta ætti að taka 10-12 mínútur. ef hrísgrjónin þín verða of þurr áður en þau eru soðin skaltu bæta við vatni eða grænmetiskrafti.
f) næst á eftir, grjónin. Forhitið steikarpönnu sem festist ekki við miðlungshita og bætið kókosolíu út í, bætið við grjónablýantunum þegar það er heitt og steikið á báðum hliðum í 3-4 mínútur þar til það er karamellusett og gullið. kryddið með kókossykri, salti og pipar.
g) fyrir salatið einfalt blandið öllu hráefninu saman í lítilli hrærivélarskál.
h) þjóna öllu saman, njóta.

67. Jamaíkóskt jekkávöxtur og baunir með hrísgrjónum

Skammtar: 2

HRÁEFNI
- 1 laukur
- 2 hvítlauksrif
- 1 chilli
- 2 vínrótatómatar
- 2 tsk Jamaican jerk krydd
- 400 g dós af nýrnabaunum
- 400 g dós af jackfruit
- 200ml kókosmjólk
- 150 g hvít langkorna hrísgrjón
- 50 g barnablaðspínat
- Sjó salt
- Nýmalaður pipar
- 1 msk ólífuolía
- 300ml sjóðandi vatn

LEIÐBEININGAR

j) Afhýðið og saxið laukinn smátt. Afhýðið og rífið hvítlauksrifið. Haldið chilli, fletjið fræin og himnuna út fyrir minni hita og saxið smátt. Saxið tómatana gróft.

k) Hellið 1 msk olíu á stóra pönnu og hitið að meðalhita. Rennið lauknum og dágóðri klípu af salti og pipar út í. Steikið í 4-5 mínútur, hrærið af og til, þar til það er mjúkt og aðeins litað. Hrærið hvítlauknum, chilli og 2 tsk Jamaican jerk kryddi út í og steikið áfram í 2 mínútur í viðbót

l) Hellið söxuðum tómötum á pönnuna. Tæmið nýrnabaunirnar og jackfruit og bætið þeim á pönnuna. Hellið kókosmjólkinni út í. Blandið vel saman og látið suðuna koma upp, hyljið síðan að hluta til með loki og látið malla rólega í 20 mínútur Meðan á eldunartímanum stendur, notið tréskeið öðru hvoru til að brjóta jackfruit bitana aðeins upp.

m) Hellið hrísgrjónunum í sigti og skolið vel undir köldu vatni. Hellið í litla pönnu og bætið við 300ml sjóðandi vatni og klípu af salti. Setjið lok á og látið suðuna koma upp, snúið síðan til hægri niður og látið malla mjög varlega í 8 mínútur þar til allt vatnið hefur verið frásogast. Takið hrísgrjónin af hitanum og látið gufa á pönnunni, lokuð, í 10 mínútur
n) Hrærið spínatinu í jackfruit og baunirnar þar til það er visnað. Smakkið af sósunni og bætið meira salti við ef þarf.
o) Hellið hrísgrjónunum í nokkrar djúpar skálar og toppið með rausnarlegum sleifum af jackfruit karrýinu og berið fram.

68. Hrísgrjónapílaf með baunum, ávöxtum og hnetum

Hráefni
- 1 1/2 bollar langkorna hrísgrjón
- 1 matskeið hlutlaus jurtaolía
- 1 meðalstór laukur, smátt saxaður
- 1 til 2 litlar ferskar heitar chilipipar, sneiddar, valfrjálst
- 2/3 bolli rúsínur eða þurrkuð trönuber, eða samsetning
- 1/3 bolli soðnar pinto baunir
- 1/3 bolli fínt saxaðar þurrkaðar apríkósur
- 1/4 tsk túrmerik
- 1/2 tsk kanill
- 1/4 tsk malaður eða ferskur múskat
- 1/2 tsk þurrkuð basil
- 1/4 bolli appelsínusafi, helst ferskur
- 2 tsk agave nektar
- 1 til 2 matskeiðar sítrónu eða lime safi, eftir smekk
- 1/2 bolli ristaðar kasjúhnetur (heilar eða saxaðar) eða sneiðar möndlur
- Salt og nýmalaður pipar eftir smekk

Leiðbeiningar
a) Blandið hrísgrjónunum saman við 4 bolla af vatni í potti. Látið suðuna koma rólega upp, lækkið hitann, lokið á og látið malla varlega í 30 mínútur, eða þar til vatnið er frásogast.
b) Þegar hrísgrjónin eru tilbúin skaltu hita olíuna á stórri pönnu. Bætið við lauknum og mögulegum chilipipar steikið við meðalhita þar til hann er gullinn.
c) Hrærið hrísgrjónunum saman við og allt sem eftir er nema hnetunum, salti og pipar. eldið við lágan hita, hrærið oft, í um það bil 8 til 10 mínútur, leyfið bragðinu að blandast saman.
d) Hrærið hnetunum saman við, kryddið með salti og pipar og berið fram.

69. Baunir og hrísgrjón cha cha cha skál

Skammtar: 6

Hráefni
2 matskeiðar Ólífuolía
2 hvítlauksgeirar, saxaðir
1 bolli niðurskorinn laukur
1 bolli afhýtt, sneið sellerí
1 bolli sneiðar gulrætur
1 tsk Chili duft
¼ bolli niðursoðinn grænn chili í teningum
1 pund pinto baunir
¼ Laukur, skorinn í gróft sneiðar
1 Fita 263 hitaeiningar
2 bollar niðurskornir sveppir
2 bollar Soðnar grunnsvartar baunir
½ bolli Reserve baunakraftur
2 matskeiðar saxað kóríander
Salt og pipar eftir smekk
3 bollar soðin langkorna hrísgrjón
1 matskeið sítrónusafi
2 tsk Salt eða eftir smekk

Hráefni
Hitið ólífuolíu í stórum, djúpum potti og steikið hvítlauk, lauk, sellerí, gulrætur og chiliduft þar til laukurinn er hálfgagnsær.
Bætið chili og sveppum út í og steikið í 5 mínútur í viðbót.
Hrærið baunum, baunakrafti og kóríander saman við. Kryddið eftir smekk.
Lokið og látið malla við vægan hita í um það bil 10 mínútur, hrærið af og til.
Berið fram yfir hrísgrjónum.

70.Næpa hrærð með baunum

Skammtar: 2 manns

Hráefni
- 1 matskeið ólífuolía
- 2 fjólubláar topprófur - skrúbbaðar, snyrtar og skornar í teninga
- 3 bollar spínat
- 1 15,5 oz dós pinto baunir - tæmd og skoluð
- 1 msk ferskt engifer - smátt saxað
- 2 hvítlauksgeirar - pressaðir eða saxaðir
- 1 matskeið hunang
- 1 matskeið hrísgrjónaedik
- 2 matskeiðar minnkað natríum sojasósa
- 1 bolli langkorna hrísgrjón - soðin, til framreiðslu

LEIÐBEININGAR
a) Ef þú þarft að útbúa hrísgrjón eða heilkorn fyrir máltíðina skaltu byrja á því áður en þú gerir hrærið.
b) Hitið ólífuolíu á stórri pönnu yfir miðlungshita. Bætið rófum út í og eldið, hrærið/fletið öðru hverju, í 8-12 mínútur eða þar til þær eru ljósbrúnar og mjúkar.
c) Á meðan rófur eru að elda, þeytið engifer, hvítlauk, hunang, hrísgrjónaedik og sojasósu saman í lítilli skál. Bætið spínatinu, baununum og sósunni á pönnuna. Eldið í 4-6 mínútur, eða þar til spínatið er visnað og hrærið er hitað í gegn.
d) Berið fram heitt yfir hrísgrjónum.

71. Hrísgrjón með lambakjöti, dilli og baunum

Skammtar: 8 skammtar

Hráefni
2 matskeiðar Smjör
1 meðalstór laukur; skrældar og skera í 1/4 tommu þykkar sneiðar
3 pund Beinlaus lambaöxl, í teningum
3 bollar Vatn
1 matskeið Salt
2 bollar ósoðin langkorna hvít hrísgrjón, lögð í bleyti og tæmd
4 bollar Dill, ferskt; fínt skorið
2 tíu oz. Pinto baunir
8 matskeiðar smjör; bráðnað
¼ tsk Saffran þræðir; mulið og leyst upp í 1 matskeið. volgt vatn

LEIÐBEININGAR
Bræðið 2 matskeiðar af smjöri við hæfilegan hita í þungri 3 til 4 lítra potti, með þéttu loki.
Þegar froðan er farin að minnka, bætið við lauknum og hrærið oft í og eldið í um það bil 10 mínútur, eða þar til sneiðarnar eru orðnar ríkulega brúnar. Færðu þær yfir á disk með sleif.
Hálfan tylft bita eða svo í einu, brúnið lambakeningana í fitunni sem eftir er í pottinum, snúið þeim við með töng eða skeið og stillið hitann þannig að þeir litist djúpt og jafnt án þess að brenna. Þegar þeir brúnast, flytjið lambakjötsbitana yfir á diskinn með lauknum.
Hellið 3 bollunum af vatni í pottinn og látið suðuna koma upp við háan hita, á meðan skafið í brúnu agnirnar sem loða við botninn og hliðarnar á pönnunni. Setjið lambið og laukinn aftur í pottinn, bætið salti við og lækkið hitann.
Lokið vel og látið malla í um það bil 1 klukkustund og 15 mínútur, eða þar til lambið er meyrt og sýnir enga mótstöðu þegar það er stungið í það með oddinum á litlum, beittum hníf. Færið lambið, laukinn og allan matreiðsluvökvann í stóra skál og setjið pottinn til hliðar.
Hitið ofninn í 350 gráður. Láttu 6 bolla af vatni sjóða í 5 til 6 lítra potti. Hellið hrísgrjónunum út í í hægum, þunnum straumi svo vatnið hætti ekki að sjóða. Hrærið einu sinni eða tvisvar, sjóðið rösklega í 5 mínútur, takið svo pönnuna af hellunni, hrærið dilli og baunum saman við og látið renna af í fínu sigti.

Helltu um helmingnum af hrísgrjónablöndunni í pottinn og vættu hana með «bolla af lambakjötsvökvanum. Dreifið síðan hrísgrjónablöndunni út á brúnirnar á pönnunni með spaða eða skeið.
Setjið lambakjötið og laukinn aftur í pottinn með sleif og sléttið yfir hrísgrjónin.
Dreifið síðan hrísgrjónablöndunni sem eftir er ofan á. Blandið 2 msk af bræddu smjöri saman við 6 msk af lambakjötssoðinu og hellið því yfir hrísgrjónin. Látið suðuna koma upp í pottinum við háan hita.
Lokið vel og bakið í miðjum ofni í 30 til 40 mínútur, eða þar til baunirnar eru mjúkar og hrísgrjónin hafa gleypt allan vökvann í pottinum.
Til að bera fram, setjið um bolla af hrísgrjónablöndunni í litla skál, bætið uppleystu saffraninu út í og hrærið þar til hrísgrjónin eru skærgul.
Dreifið um helmingnum af hrísgrjónunum sem eftir eru á heitt fat og raðið lambinu yfir. Hyljið lambið með restinni af hrísgrjónablöndunni og skreytið það með saffran hrísgrjónum.
Hellið hinum 6 matskeiðum af bræddu smjöri yfir toppinn.

72.Ostandi Pinto baunir

Skammtar: 4

Hráefni
2 hvítlauksgeirar
1 jalapenó
1 matskeið matarolía
2 15oz. dósir pinto baunir
1/4 tsk reykt paprika
1/4 tsk malað kúmen
1/8 tsk nýmalaður svartur pipar
2 stroka heit sósa
1/2 bolli rifinn cheddar ostur
2 skammtar langkorna hrísgrjón, soðin
LEIÐBEININGAR
Saxið hvítlaukinn og saxið jalapeño smátt.
Bætið hvítlauk, jalapeño og matarolíu í pott. Steikið hvítlaukinn og jalapeño við meðalhita í um eina mínútu, eða bara þar til hvítlaukurinn er mjög ilmandi.
Bætið einni dós af pinto baunum í blandara, með vökvanum í dósinni, og maukið þar til það er slétt.
Bætið maukuðu baununum og annarri dósinni af baunum (tæmd) í sósupottinn ásamt hvítlauknum og jalapenóinu. Hrærið til að blanda saman.
Kryddið baunirnar með reyktri papriku, kúmeni, pipar og heitri sósu. Hrærið til að blanda saman, hitið síðan í gegn yfir meðallagi, hrærið af og til.
Bætið að lokum rifnum cheddar út í og hrærið þar til það hefur bráðnað mjúklega inn í baunirnar. Smakkaðu baunirnar og stilltu kryddið að þínum óskum. Berið fram yfir hrísgrjónum eða með uppáhalds máltíðinni þinni.

73. Hrísgrjón og baunir með basil pestó

Skammtar: 4 skammtar

HRÁEFNI
- Matreiðslusprey fyrir grænmeti
- 1 bolli Saxaður laukur
- 1 bolli ósoðin langkorna hrísgrjón
- 13¾ únsa kjúklingasoð án salts, (1 dós)
- 1 bolli Saxaður óafhýddur tómatur
- ¼ bolli Commercial pestó basil sósa
- 16 aura pinto baunir

LEIÐBEININGAR
a) Húðaðu stóra pönnu með eldunarúða og settu yfir miðlungsháan hita þar til hún er heit.
b) Bæta við lauk; steikið í 2 mínútur. Bætið við hrísgrjónum og seyði; látið suðuna koma upp.
c) Lækkið hitann og látið malla, án loks, í 15 mínútur eða þar til hrísgrjónin eru tilbúin og vökvinn frásogast.
d) Hrærið tómötum, pestósósu og baunum saman við; eldið í 2 mínútur eða þar til það er vel hitað.

74. Flanksteik með svörtum baunum og hrísgrjónum

Skammtar:6 skammtar

HRÁEFNI
- 1½ pund flanksteik
- 3 matskeiðar jurtaolía
- 2 lárviðarlauf
- 5 bollar nautakraftur
- 4 matskeiðar Ólífuolía
- 2 laukur; hakkað
- 6 hvítlauksrif; hakkað
- 1 matskeið Þurrkað oregano
- 1 matskeið Malað kúmen
- 2 tómatar; fræhreinsaður, saxaður
- Salt; að smakka
- Nýmalaður svartur pipar; að smakka
- Pinto baunir
- Soðin hvít hrísgrjón
- 2 matskeiðar jurtaolía
- 6 egg

LEIÐBEININGAR

a) Kryddið steik með salti og pipar. Hitið jurtaolíu í þungri stórri pönnu yfir háum hita. Bætið steikinni út í og eldið þar til hún er brún á öllum hliðum. Bætið við lárviðarlaufi og soði.

b) Lækkið hitann og látið malla rólega þar til steikin er orðin mjög meyr, snúið öðru hverju, um það bil 2 klst.

c) Takið af hitanum og leyfið kjötinu að kólna á lager. Takið kjötið af soðinu og rífið það í sundur. Geymdu 1 bolla eldunarvökva; geymdu afgang af eldunarvökva til annarra nota. Hitið ólífuolíu í þungri stórri pönnu yfir meðalháum hita. Bætið lauknum út í og steikið þar til hann er gullinn.

d) Bætið hvítlauk, oregano og kúmeni út í og steikið þar til ilmandi. Bætið tómötum út í og haltu áfram að elda þar til mestur vökvinn gufar upp.
e) Bætið við rifnu kjöti og 1 bolli fráteknum eldunarvökva. Kryddið eftir smekk með salti og pipar. Raðið nautakjöti, hrísgrjónum og baunum á rétthyrnt fat í þremur röðum með hrísgrjónunum í miðjunni (það ætti að líta út eins og Venesúela fáni).
f) Hitið jurtaolíu í þungri stórri pönnu yfir miðlungshita. Brjótið egg í pönnu. Steikið þar til mjúkt stífnað. Berið fram ofan á baunir, kjöt og hrísgrjón.

75. Afrísk hrísgrjón og baunir

Skammtar: 6

Hráefni
½ bolli rauð / lófa / eða rapsolía ég notaði ½ og ½
2-3 hvítlauksgeirar saxaðir
1 meðalstór laukur skorinn í bita
1 matskeið reykt paprika
1 tsk þurrkað timjan
½ skoskur bonnet pipar eða ½ tsk cayenne pipar
4 tómatar skornir í teninga
2 bollar þvegin langkorna hrísgrjón
2 bollar soðnar baunir svartar, rauðar, svarteygðar baunir
4 1/2 - 5 bollar kjúklingasoð eða vatn
1 matskeið salt eða meira eftir smekk
1/4 bolli krabbar valfrjálst
1 tsk kjúklingabaunir valfrjálst

LEIÐBEININGAR
Hitið pott með olíu. Bætið síðan við lauk, hvítlauk, timjan, reyktri papriku og pipar, steikið í um það bil mínútu, bætið við tómötum. Eldið í um 5-7 mínútur.

Hrærið hrísgrjónum á pönnuna; haltu áfram að hræra í um það bil 2 mínútur.

Bætið síðan baunum út í, 4 1/2 bolla af kjúklingakrafti/vatni, látið suðuna koma upp, minnkið hitann og látið malla þar til hrísgrjón eru soðin, um það bil 18 mínútur eða lengur. Stilltu fyrir salt og pipar. Þú verður að hræra stundum til að koma í veg fyrir brunasár.

Berið fram heitt með kjúklingi, plokkfiski eða grænmeti

76. Bauna- og hrísgrjónasúpa

Skammtar: 4

HRÁEFNI
- 2 bollar kjúklingur, soðinn og skorinn í teninga
- 1 bolli langkorna hrísgrjón, soðin
- 2 15 aura dósir af pinto baunum, tæmdar
- 4 bollar kjúklingakraftur
- 2 matskeiðar Taco kryddblanda
- 1 bolli tómatsósa

Álegg:
- Rifinn ostur
- Salsa
- Hakkað kóríander
- Saxaður laukur

Leiðbeiningar
Setjið allt hráefnið í meðalstóran pott. Hrærið varlega.
Eldið við meðalhita, látið malla í um 20 mínútur, hrærið af og til.
Berið fram með áleggi.

77. Chili con Carne

HRÁEFNI
- Nautahakk 500g
- 1 Stór laukur saxaður
- 3 hvítlauksrif
- 2Dósir af söxuðum tómötum 400g
- Kreista af tómatmauki
- 1 tsk af chilidufti (eða eftir smekk)
- 1 tsk af möluðu kúmeni
- slatti af Worcester sósu
- Stráið salti og pipar yfir
- 1 Hakkað rauð paprika
- 1 dós af tæmdum nýrnabaunum 400g

Leiðbeiningar
Steikið laukinn á heitri pönnu með olíu þar til hann er næstum brúnn og bætið svo söxuðum hvítlauk út í
Bætið hakkinu út í og hrærið þar til það er brúnt; tæmdu umframfitu ef þess er óskað
Bætið við öllu þurrkuðu kryddi og kryddi, lækkið hitann og bætið niðursöxuðum tómötum út í
Hrærið vel og bætið við tómatpúrru og Worcestershire sósu og látið malla í um það bil klukkutíma (minna ef þú ert að flýta þér)
Bætið söxuðu rauðu paprikunni út í og haltu áfram að malla í 5 mínútur, bætið svo dósinni af tæmdum nýrnabaunum út í og eldið í 5 mínútur í viðbót. Ef chili verður að þorna einhvern tíma skaltu bara bæta við smá vatni.
Berið fram með hrísgrjónum, jakkakartöflum eða pasta!

78. Klassískur þriggja bauna chili

Hráefni:

1 dós svartar baunir, tæmdar og skolaðar
1 dós nýrnabaunir, tæmd og skoluð
1 dós pinto baunir, tæmd og skoluð
1 laukur, saxaður
2 hvítlauksgeirar, saxaðir
1 rauð paprika, söxuð
1 matskeið chiliduft
1 tsk kúmen
1/2 tsk paprika
1/4 tsk cayenne pipar
2 dósir skornir tómatar, ótæmdir
2 bollar grænmetissoð
Salt og pipar eftir smekk

Leiðbeiningar:

Í stórum potti, steikið laukinn, hvítlaukinn og rauða paprikuna við meðalhita þar til það er mjúkt.

Bætið chiliduftinu, kúmeninu, paprikunni og cayenne piparnum út í og eldið í 1-2 mínútur, hrærið stöðugt í.

Bætið við hægelduðum tómötum (með safa), baunum og grænmetissoði.

Látið suðuna koma upp, lækkið hitann og látið malla í 30 mínútur.

Kryddið með salti og pipar eftir smekk og berið fram heitt.

79. Quinoa Chili

Hráefni:

1 matskeið ólífuolía
1 laukur, saxaður
2 hvítlauksgeirar, saxaðir
1 rauð paprika, söxuð
1 græn paprika, söxuð
1 jalapeño pipar, fræhreinsaður og saxaður
1 bolli kínóa, skolað og látið renna af
1 dós svartar baunir, tæmdar og skolaðar
1 dós nýrnabaunir, tæmd og skoluð
2 dósir skornir tómatar, ótæmdir
2 bollar grænmetissoð
1 matskeið chiliduft
1 tsk kúmen
1/2 tsk reykt paprika
Salt og pipar eftir smekk
Leiðbeiningar:

Hitið ólífuolíuna yfir miðlungshita í stórum potti.

Bætið lauknum, hvítlauknum, rauðri papriku, grænum papriku og jalapeño pipar út í og steikið þar til það er mjúkt. Bætið kínóa, baunum, hægelduðum tómötum, grænmetissoði, chilidufti, kúmeni og reyktri papriku út í. Látið suðuna koma upp í chili, lækkið svo hitann og látið malla í 25-30 mínútur, eða þar til kínóaið er soðið. Kryddið með salti og pipar eftir smekk og berið fram heitt.

80. Kryddaður Black Bean Chili

Hráefni:

1 matskeið ólífuolía
1 laukur, saxaður
2 hvítlauksgeirar, saxaðir
1 græn paprika, söxuð
1 jalapeño pipar, fræhreinsaður og saxaður
1 matskeið chiliduft
1 tsk kúmen
1/2 tsk reykt paprika
2 dósir svartar baunir, tæmdar og skolaðar
1 dós niðurskornir tómatar, ótæmdir
2 bollar grænmetissoð
Salt og pipar eftir smekk
Leiðbeiningar:

Hitið ólífuolíuna yfir miðlungshita í stórum potti.

Bætið lauknum, hvítlauknum, grænum papriku og jalapeño pipar út í og steikið þar til það er mjúkt.

Bætið chiliduftinu, kúmeninu og reyktu paprikunni út í og eldið í 1-2 mínútur, hrærið stöðugt í.

Bætið svörtum baunum, hægelduðum tómötum og grænmetissoði út í.

Látið suðuna koma upp, lækkið hitann og látið malla í 20-25 mínútur.

Kryddið með salti og pipar eftir smekk og berið fram heitt.

81. Smoky Chipotle sætkartöflu chili

Hráefni:

1 matskeið ólífuolía
1 laukur, saxaður
2 hvítlauksgeirar, saxaðir
1 rauð paprika, söxuð
1 jalapeño pipar, fræhreinsaður og saxaður
2 miðlungs sætar kartöflur, skrældar og saxaðar
1 dós svartar baunir, tæmdar og skolaðar
1 dós niðurskornir tómatar, ótæmdir
2 bollar grænmetissoð
2 chipotle paprikur í adobo sósu, saxaðar
1 tsk reykt paprika
Salt og pipar eftir smekk
Leiðbeiningar:

Hitið ólífuolíuna yfir miðlungshita í stórum potti.

Bætið lauknum, hvítlauknum, rauðri papriku og jalapeño pipar út í og steikið þar til það er mjúkt.

Bætið sætu kartöflunum út í og steikið í 5-7 mínútur, eða þar til þær byrja að mýkjast.

Bætið svörtum baunum, hægelduðum tómötum, grænmetissoði, chipotle papriku og reyktri papriku út í.

Látið suðuna koma upp í chili, lækkið svo hitann og látið malla í 25-30 mínútur, eða þar til sætu kartöflurnar eru orðnar meyrar.

Kryddið með salti og pipar eftir smekk og berið fram heitt.

82. Linsu Chili

Hráefni:

1 matskeið ólífuolía
1 laukur, saxaður
2 hvítlauksgeirar, saxaðir
1 rauð paprika, söxuð
1 græn paprika, söxuð
1 jalapeño pipar, fræhreinsaður og saxaður
1 bolli þurrkaðar brúnar linsubaunir, skolaðar og skolaðar
1 dós niðurskornir tómatar, ótæmdir
2 bollar grænmetissoð
1 matskeið chiliduft
1 tsk kúmen
1/2 tsk reykt paprika
Salt og pipar eftir smekk

Leiðbeiningar:

Hitið ólífuolíuna yfir miðlungshita í stórum potti.

Bætið lauknum, hvítlauknum, rauðri papriku, grænum papriku og jalapeño pipar út í og steikið þar til það er mjúkt.

Bætið við linsubaunir, hægelduðum tómötum, grænmetissoði, chilidufti, kúmeni og reyktri papriku.

Látið suðuna koma upp í chili, lækkið svo hitann og látið malla í 25-30 mínútur, eða þar til linsurnar eru mjúkar.

Kryddið með salti og pipar eftir smekk og berið fram heitt.

83. Hrísgrjónasúpa

Skammtar: 4

Hráefni
4 stórir sellerístilkar
3 stórar gulrætur
1 meðalstór hvítur laukur
1 tsk þurrkað timjan
1 tsk þurrkuð steinselja
1 tsk hvítlauksduft
1 tsk salt
1/2 tsk möluð salvía
1 matskeið kókos amínó
4 bollar grænmetissoð
2 bollar vatn
2/3 bolli langkorna hvít hrísgrjón
1 dós pinto baunir (15 oz. dós)

LEIÐBEININGAR
Skerið eða skerið grænmetið í hæfilega bita.
Bætið stórum potti við eldavélina og kveikið á meðalhita. Spreyið botninn á pottinum með avókadóolíu eða ólífuolíuspreyi. Bæta við grænmeti.
Eldið grænmetið í 3-4 mínútur.
Eftir 3-4 mínútur bætið við kryddi, lárviðarlaufi og kókoshnetumínóum. Hrærið og eldið 1-2 mínútur í viðbót.
Á meðan grænmetið er að eldast skaltu skola hrísgrjónin vel.
Bætið 1/2 bolla af grænmetissoði út í og skafið botn/hlið pottsins og fjarlægið brúna bita af botninum.
Bætið restinni af soðinu, vatni og hrísgrjónum í pottinn. Hrærið og lokið. Snúðu hitann upp í háan.
Þegar súpan er komin að suðu skaltu lækka hitann í lágan og elda í 15 mínútur.
Á meðan súpan er að eldast skaltu skola og tæma baunirnar. Og bætið þeim út í súpuna.
Rétt áður en borið er fram skaltu fjarlægja lárviðarlaufin. Berið fram heitt.

84. Klassískt chili

Hráefni:
1 dós nýrnabaunir, tæmd og skoluð
1 dós svartar baunir, tæmdar og skolaðar
1 dós pinto baunir, tæmd og skoluð
1 laukur, saxaður
2 hvítlauksgeirar, saxaðir
1 rauð paprika, söxuð
1 græn paprika, söxuð
1 dós niðurskornir tómatar
1 dós tómatsósa
1 msk chiliduft
1 tsk malað kúmen
Salt og pipar eftir smekk
Leiðbeiningar:

Hitið olíu í stórum potti við meðalháan hita.

Bætið við lauk, hvítlauk og papriku og eldið þar til laukurinn er orðinn hálfgagnsær.

Bætið niðursoðnum tómötum, tómatsósu og kryddi í pottinn og hrærið vel.

Bætið baunum út í og látið malla í 15-20 mínútur.

Kryddið með salti og pipar eftir smekk.

85. Kalkúnn og hvítbauna chili

Hráefni:

1 msk ólífuolía
1 pund malaður kalkúnn
1 laukur, saxaður
2 hvítlauksgeirar, saxaðir
2 dósir hvítar baunir, tæmdar og skolaðar
1 dós niðurskornir tómatar
2 bollar kjúklingasoð
2 tsk chiliduft
1 tsk kúmen
Salt og pipar eftir smekk
Leiðbeiningar:

Hitið ólífuolíu í stórum potti við meðalháan hita.

Bætið muldum kalkún, lauk og hvítlauk út í og eldið þar til kalkúnn er brúnn.

Bætið niðursoðnum tómötum, kjúklingasoði og kryddi í pottinn og hrærið vel.

Bætið hvítum baunum út í og látið malla í 20-25 mínútur.

Kryddið með salti og pipar eftir smekk.

86. Butternut Squash og Black Bean Chili

Hráefni:

2 msk ólífuolía
1 laukur, saxaður
3 hvítlauksgeirar, saxaðir
1 hnetuskál, afhýdd og saxuð
1 dós svartar baunir, tæmdar og skolaðar
1 dós niðurskornir tómatar
2 bollar grænmetissoð
2 tsk chiliduft
1 tsk kúmen
Salt og pipar eftir smekk
Leiðbeiningar:

Hitið ólífuolíu í stórum potti við meðalháan hita.

Bætið lauknum, hvítlauknum og squash út í og eldið í 5-7 mínútur.

Bætið niðursoðnum tómötum, grænmetissoði og kryddi í pottinn og hrærið vel.

Bætið svörtum baunum út í og látið malla í 20-25 mínútur eða þar til butternut squash er mjúkt.

Kryddið með salti og pipar eftir smekk.

87.Slow Cooker Kjúklingur og Black Bean Chili

Hráefni:

1 pund beinlausar roðlausar kjúklingabringur, saxaðar
1 laukur
2 hvítlauksgeirar, saxaðir
1 dós svartar baunir, tæmdar og skolaðar
1 dós niðurskornir tómatar
2 bollar kjúklingasoð
2 tsk chiliduft
1 tsk kúmen
Salt og pipar eftir smekk
Leiðbeiningar:

Bætið öllu hráefninu í hægan eldavél og hrærið til að blanda saman.

Eldið á lágu í 6-8 klukkustundir eða á háu í 3-4 klukkustundir.

Kryddið með salti og pipar eftir smekk.

88. Quinoa og Black Bean Chili

Hráefni:

1 msk ólífuolía
1 laukur, saxaður
2 hvítlauksgeirar, saxaðir
1 rauð paprika, söxuð
1 dós svartar baunir, tæmdar og skolaðar
1 dós niðurskornir tómatar
2 bollar grænmetissoð
1/2 bolli quinoa
2 tsk chiliduft
1 tsk kúmen
Salt og pipar eftir smekk
Leiðbeiningar:

Hitið ólífuolíu í stórum potti við meðalháan hita.

Bætið við lauk, hvítlauk og papriku og eldið þar til laukurinn er orðinn hálfgagnsær.

Bætið niðursoðnum tómötum, grænmetissoði, kínóa og kryddi í pottinn og hrærið vel.

Bætið svörtum baunum út í og látið malla í 20-25 mínútur eða þar til kínóa er meyrt.

Kryddið með salti og pipar eftir smekk.

89. Nautakjöt og bauna chili

Hráefni:

1 pund nautahakk
1 laukur, saxaður
2 hvítlauksgeirar, saxaðir
1 dós nýrnabaunir, tæmd og skoluð
1 dós niðurskornir tómatar
2 bollar nautakraftur
2 tsk chiliduft
1 tsk kúmen
Salt og pipar eftir smekk
Leiðbeiningar:

Eldið nautahakk í stórum potti við meðalháan hita þar til það er brúnt.

Bætið við lauk og hvítlauk og eldið þar til laukurinn er orðinn hálfgagnsær.

Bætið niðursoðnum tómötum, nautakrafti og kryddi í pottinn og hrærið vel.

Bætið nýrnabaunum út í og látið malla í 20-25 mínútur.

Kryddið með salti og pipar eftir smekk.

90. Linsubaunir og Chili úr svörtum baunum

Hráefni:

2 msk ólífuolía
1 laukur, saxaður
2 hvítlauksgeirar, saxaðir
1 rauð paprika, söxuð
1 dós svartar baunir, tæmdar og skolaðar
1 dós niðurskornir tómatar
2 bollar grænmetissoð
1 bolli þurrkaðar linsubaunir, skolaðar og skolaðar
2 tsk chiliduft
1 tsk kúmen
Salt og pipar eftir smekk
Leiðbeiningar:

Hitið ólífuolíu í stórum potti við meðalháan hita.

Bætið við lauk, hvítlauk og papriku og eldið þar til laukurinn er orðinn hálfgagnsær.

Bætið niðursoðnum tómötum, grænmetissoði, linsubaunum og kryddi í pottinn og hrærið vel.

Bætið svörtum baunum út í og látið malla í 25-30 mínútur eða þar til linsurnar eru mjúkar.

Kryddið með salti og pipar eftir smekk.

91. Svínakjöt og hvítbauna chili

Hráefni:
1 pund af svínaöxl, snyrt og saxað
1 laukur, saxaður
2 hvítlauksgeirar, saxaðir
2 dósir hvítar baunir, tæmdar og skolaðar
1 dós niðurskornir tómatar
2 bollar kjúklingasoð
2 tsk chiliduft
1 tsk kúmen
Salt og pipar eftir smekk
Leiðbeiningar:

Eldið svínakjöt í stórum potti við meðalháan hita þar til það er brúnt.
Bætið við lauk og hvítlauk og eldið þar til laukurinn er orðinn hálfgagnsær.
Bætið niðursoðnum tómötum, kjúklingasoði og kryddi í pottinn og hrærið vel.
Bætið hvítum baunum út í og látið malla í 20-25 mínútur.
Kryddið með salti og pipar eftir smekk.

92. Kalkúnn og bauna chili

Hráefni:

1 pund malaður kalkúnn
1 laukur, saxaður
2 hvítlauksgeirar, saxaðir
1 dós nýrnabaunir, tæmd og skoluð
1 dós svartar baunir, tæmdar og skolaðar
1 dós niðurskornir tómatar
2 bollar kjúklingasoð
2 tsk chiliduft
1 tsk kúmen
Salt og pipar eftir smekk
Leiðbeiningar:

Eldið malaðan kalkún í stórum potti við miðlungsháan hita þar til hann er brúnaður.

Bætið við lauk og hvítlauk og eldið þar til laukurinn er orðinn hálfgagnsær.

Bætið niðursoðnum tómötum, kjúklingasoði og kryddi í pottinn og hrærið vel.

Bætið nýrnabaunum og svörtum baunum út í og látið malla í 20-25 mínútur.

Kryddið með salti og pipar eftir smekk.

93. Sætar kartöflur og svartbaunir chili

Hráefni:

2 msk ólífuolía
1 laukur, saxaður
2 hvítlauksgeirar, saxaðir
1 rauð paprika, söxuð
1 stór sæt kartöflu, afhýdd og skorin í teninga
1 dós svartar baunir, tæmdar og skolaðar
1 dós niðurskornir tómatar
2 bollar grænmetissoð
2 tsk chiliduft
1 tsk kúmen
Salt og pipar eftir smekk
Leiðbeiningar:

Hitið ólífuolíu í stórum potti við meðalháan hita.

Bætið við lauk, hvítlauk og papriku og eldið þar til laukurinn er orðinn hálfgagnsær.

Bætið sætum kartöflum, niðursoðnum tómötum, grænmetissoði og kryddi í pottinn og hrærið vel.

Bætið svörtum baunum út í og látið malla í 25-30 mínútur eða þar til sætar kartöflur eru mjúkar.

Kryddið með salti og pipar eftir smekk.

94. Nautakjöt og beikonbauna chili

Hráefni:

1 pund nautahakk
4 beikonsneiðar, skornar í teninga
1 laukur, saxaður
2 hvítlauksgeirar, saxaðir
1 dós nýrnabaunir, tæmd og skoluð
1 dós niðurskornir tómatar
2 bollar nautakraftur
2 tsk chiliduft
1 tsk kúmen
Salt og pipar eftir smekk

Leiðbeiningar:

Eldið beikon í stórum potti við meðalháan hita þar til það er stökkt. Takið úr pottinum og setjið til hliðar.

Bætið nautahakkinu í pottinn og eldið þar til það er brúnt.

Bætið við lauk og hvítlauk og eldið þar til laukurinn er orðinn hálfgagnsær.

Bætið niðursoðnum tómötum, nautakrafti og kryddi í pottinn og hrærið vel.

Bætið nýrnabaunum út í og látið malla í 20-25 mínútur.

Kryddið með salti og pipar eftir smekk. Toppið með stökku beikoni.

95.Butternut Squash og Chickpea Chili

Hráefni:

2 msk ólífuolía
1 laukur, saxaður
2 hvítlauksgeirar, saxaðir
1 rauð paprika, söxuð
1 lítill hnútur, afhýddur og skorinn í teninga
1 dós kjúklingabaunir, skolaðar og skolaðar
1 dós niðurskornir tómatar
2 bollar grænmetissoð
2 tsk chiliduft
1 tsk kúmen
Salt og pipar eftir smekk
Leiðbeiningar:

Hitið ólífuolíu í stórum potti við meðalháan hita.
Bætið við lauk, hvítlauk og papriku og eldið þar til laukurinn er orðinn hálfgagnsær.
Bætið smjörkvass, niðursoðnum tómötum, grænmetissoði og kryddi í pottinn og hrærið vel.
Bætið kjúklingabaunum út í og látið malla í 25-30 mínútur eða þar til leiðsögnin er mjúk.
Kryddið með salti og pipar eftir smekk.

96.Kjúklingur og hvítbauna chili með lime

Hráefni:
1 pund beinlausar, roðlausar kjúklingabringur, skornar í hæfilega stóra bita
1 laukur, saxaður
2 hvítlauksgeirar, saxaðir
1 dós hvítar baunir, tæmdar og skolaðar
1 dós niðurskornir tómatar
2 bollar kjúklingasoð
Safi úr 1 lime
2 tsk chiliduft
1 tsk kúmen
Salt og pipar eftir smekk
Leiðbeiningar:

Eldið kjúklinginn í stórum potti við meðalháan hita þar til hann er brúnaður.

Bætið við lauk og hvítlauk og eldið þar til laukurinn er orðinn hálfgagnsær.

Bætið niðursoðnum tómötum, kjúklingasoði, limesafa og kryddi í pottinn og hrærið vel.

Bætið hvítum baunum út í og látið malla í 20-25 mínútur.

Kryddið með salti og pipar eftir smekk.

97. Nautakjöt og bauna chili með bjór

Hráefni:

1 pund nautahakk
1 laukur, saxaður
2 hvítlauksgeirar, saxaðir
1 dós nýrnabaunir, tæmd og skoluð
1 dós niðurskornir tómatar
1 bolli bjór
2 bollar nautakraftur
2 tsk chiliduft
1 tsk kúmen
Salt og pipar eftir smekk
Leiðbeiningar:

Eldið nautahakk í stórum potti við meðalháan hita þar til það er brúnt.

Bætið við lauk og hvítlauk og eldið þar til laukurinn er orðinn hálfgagnsær.

Bætið niðursoðnum tómötum, bjór, nautasoði og kryddi í pottinn og hrærið vel.

Bætið nýrnabaunum út í og látið malla í 20-25 mínútur.

Kryddið með salti og pipar eftir smekk.

98. Marokkó lamb chili

Hráefni:

2 pund lambakjöt
2 msk ólífuolía
1 stór laukur, saxaður
4 hvítlauksgeirar, saxaðir
2 rauðar paprikur, saxaðar
1 dós (28 oz) niðurskornir tómatar, ótæmdir
2 dósir (15 oz hver) kjúklingabaunir, tæmdar og skolaðar
2 msk harissamauk
1 tsk malaður kanill
1/2 tsk malað engifer
Salt og pipar, eftir smekk

Leiðbeiningar:

Hitið ólífuolíu í stórum potti við meðalháan hita.

Bætið við lauk og hvítlauk og steikið þar til laukurinn er orðinn hálfgagnsær.

Bætið lambakjötinu út í og eldið þar til það er brúnt.

Bætið rauðri papriku út í og haltu áfram að elda í 5 mínútur.

Bætið við hægelduðum tómötum, kjúklingabaunum, harissa mauki, kanil, engifer, salti og pipar.

Látið suðuna koma upp, lækkið síðan hitann í lágan og látið malla í 30 mínútur.

Berið fram heitt og njótið!

99.Írskt Lamb Chili

Hráefni:

2 pund lambakjöt
2 msk ólífuolía
1 stór laukur, saxaður
4 hvítlauksgeirar, saxaðir
2 rauðar paprikur, saxaðar
1 dós (28 oz) niðurskornir tómatar, ótæmdir
2 dósir (15 oz hver) cannellini baunir, tæmdar og skolaðar
1 flaska af írskum stout bjór
2 msk tómatmauk
1 msk púðursykur
1 msk Worcestershire sósa
1 tsk þurrkað timjan
Salt og pipar, eftir smekk
Leiðbeiningar:

Hitið ólífuolíu í stórum potti við meðalháan hita.

Bætið við lauk og hvítlauk og steikið þar til laukurinn er orðinn hálfgagnsær.

Bætið lambakjötinu út í og eldið þar til það er brúnt.

Bætið rauðri papriku út í og haltu áfram að elda í 5 mínútur.

Bætið við hægelduðum tómötum, cannellini baunum, írskum stout bjór, tómatmauki, púðursykri, Worcestershire sósu, timjan, salti og pipar.

Látið suðuna koma upp, lækkið síðan hitann í lágan og látið malla í 30 mínútur.

Berið fram heitt og njótið!

100. Ávaxta chili súpa

Hráefni:

2 matskeiðar ólífuolía
1 stór laukur, saxaður
4 hvítlauksgeirar, saxaðir
1 rauð paprika, söxuð
1 græn paprika, söxuð
2 jalapeño paprikur, fræhreinsaðar og söxaðar
1 dós (28 aura) tómatar í teningum, ótæmdir
4 bollar grænmetis- eða kjúklingasoð
1 tsk malað kúmen
1 tsk chili duft
1 tsk þurrkað oregano
1 tsk salt
1/2 tsk svartur pipar
2 bollar saxaðir blandaðir ávextir (eins og ananas, mangó og ferskja)
Safi úr 1 lime
1/4 bolli hakkað ferskt kóríander
Leiðbeiningar:

Hitið ólífuolíu í stórum potti við meðalháan hita.
Bætið við lauk og hvítlauk og steikið þar til laukurinn er orðinn hálfgagnsær.
Bætið við rauðri og grænni papriku og jalapeño papriku og haltu áfram að elda í 5 mínútur.
Bæta við hægelduðum tómötum, seyði, kúmeni, chilidufti, oregano, salti og pipar. Látið suðuna koma upp, lækkið síðan hitann í lágan og látið malla í 15 mínútur.
Bætið söxuðum blönduðum ávöxtum, limesafa og kóríander út í og haltu áfram að elda í 5 mínútur í viðbót.
Berið fram heitt og njótið!

NIÐURSTAÐA

Við vonum að þessi matreiðslubók hafi veitt þér innblástur til að kanna ríkan og kryddaðan heim chili. Með 100 ljúffengum og einstökum uppskriftum til að velja úr muntu geta hitað upp bragðlaukana og heilla vini þína og fjölskyldu með matreiðsluhæfileikum þínum.

En þessi matreiðslubók er bara byrjunin. Við hvetjum þig til að gera tilraunir með nýtt hráefni og aðferðir til að gera þessar uppskriftir að þínum eigin. Chili snýst allt um djörf og kryddað bragð og með smá sköpunargáfu geturðu búið til þína eigin einstöku rétti sem endurspegla þinn eigin smekk og stíl.

Þakka þér fyrir að taka þátt í þessari ferð til að uppgötva listina að elda chili. Við vonum að þessi matreiðslubók hafi gefið þér verkfæri og innblástur til að búa til ljúffenga og bragðmikla rétti sem munu ylja þér jafnvel á köldustu dögum. Góða eldamennsku!.

www.ingramcontent.com/pod-product-compliance
Lightning Source LLC
LaVergne TN
LVHW021703060526
838200LV00050B/2491